കള്ളപ്പണവേട്ട
മിഥ്യയും യാഥാർത്ഥ്യവും

kallappanavetta
midyayum yadharthyavum

•

dr. t m thomas issac

•

first edition
december 2016

•

second edition
january 2017

•

third edition
january 2017

•

typesetting & published
chintha publishers, thiruvananthapuram

•

•

cover
vinod

•

വിതരണം

ദേശാഭിമാനി ബുക്ക് ഹൗസ്

H O തിരുവനന്തപുരം-695 035
phone: 0471-2303026, 6063026
www.chinthapublishers.com
chinthapublishers@gmail.com

ബ്രാഞ്ചുകൾ

ഹെഡ്ഡാഫീസ് ബ്രാഞ്ച് കുന്നുകുഴി • സ്റ്റാച്യു തിരുവനന്തപുരം • കെ എസ് ആർ ടി സി ബസ് സ്റ്റേഷൻ ആലപ്പുഴ • കെ എസ് ആർ ടി സി ബസ് സ്റ്റേഷൻ എറണാകുളം • മച്ചിങ്ങൽ ലെയ്ൻ തൃശൂർ • ഐ ജി റോഡ് കോഴിക്കോട് • മാവൂർ റോഡ് കോഴിക്കോട് • എൻ ജി ഒ യൂണിയൻ ബിൽഡിങ് കണ്ണൂർ • സെൻട്രൽ ബസ് ടെർമിനൽ കോംപ്ലക്സ് താവക്കര കണ്ണൂർ

CR - 1571 / 4067
ISBN - 978-93-86364-19-7

കള്ളപ്പണവേട്ട
മിഥ്യയും യാഥാർത്ഥ്യവും

ഡോ. ടി എം തോമസ് ഐസക്

ചിന്ത പബ്ലിഷേഴ്സ്
തിരുവനന്തപുരം-695 035
വില : ₹ 90

ഡോ. ടി എം തോമസ് ഐസക്

1953 സെപ്തംബർ 26 ന് കൊടുങ്ങല്ലൂർ കോട്ടപ്പുറത്തു ജനിച്ചു. സ്കൂൾ വിദ്യാഭ്യാസം കൊടുങ്ങല്ലൂർ ഗവ. ബോയ്സ് ഹൈസ്കൂളിൽ. ബിരുദപഠനം എറണാകുളം മഹാരാജാസ് കോളേജിൽ. ജവഹർലാൽ നെഹ്റു സർവ്വകലാശാലയിൽനിന്ന് പി എച്ച് ഡി. തിരുവനന്തപുരത്തെ സെന്റർ ഫോർ ഡവലപ്മെന്റ് സ്റ്റഡീസിൽ ഫെലോ ആയിരുന്നു. ഇപ്പോൾ ഓണററി ഫെലോ.

എസ് എഫ് ഐ സംസ്ഥാന പ്രസിഡന്റ് ആയിരുന്നു. ഇപ്പോൾ സി പി ഐ (എം) കേന്ദ്രകമ്മിറ്റി അംഗം.

സംസ്ഥാന ആസൂത്രണബോർഡ് അംഗമായി പ്രവർത്തിച്ചിട്ടുണ്ട്. ജനകീയാസൂത്രണ പ്രസ്ഥാനത്തിന്റെ ശില്പികളിൽ പ്രമുഖൻ. 2001 മുതൽ കേരള നിയമസഭാ സാമാജികൻ.

2006-2011 സംസ്ഥാന മന്ത്രിസഭയിൽ ധനമന്ത്രിയായിരുന്നു. ഇപ്പോൾ രണ്ടാംവട്ടവും കേരള ധനമന്ത്രി.

കേരളം മണ്ണും മനുഷ്യനും 1989 ലെ കേരളസാഹിത്യ അക്കാദമി അവാർഡ് നേടി.

ഉള്ളടക്കം

പ്രസാധകക്കുറിപ്പ്

ഒരു ഇരുട്ടടിപോലെ 2016 നവംബർ 8 ന് രാത്രി പ്രധാനമന്ത്രി നരേന്ദ്രമോഡി പ്രഖ്യാപിച്ച നാണയനിരോധനം ജനജീവിതത്തെയാകെ തകിടം മറിച്ചിരിക്കുകയാണ്. കേരള സമ്പദ്ഘടനയുടെ നെടുംതൂണുകളിലൊന്നായ സഹകരണ മേഖല ആകെ തകർച്ചയിലാണ്. ശമ്പള, പെൻഷൻ വിതരണങ്ങൾ താറുമാറായിരിക്കുന്നു.

തകിടം മറിഞ്ഞ ജീവിതാവസ്ഥ അതേപടി തുടർന്നുപോവുകയാണ്. ഈ അവസ്ഥയിൽ, സാമ്പത്തികശാസ്ത്രത്തിന്റെയും വികസനത്തിന്റെയും അടിസ്ഥാനത്തിൽ നോട്ടുനിരോധനത്തിന്റെ സർവ്വരംഗങ്ങളിലുമുള്ള പ്രത്യാഘാതങ്ങൾ വിശദമായി വിശകലനം ചെയ്യുകയാണ് ഡോ. തോമസ് ഐസക് *കള്ളപ്പണവേട്ട: മിഥ്യയും യാഥാർത്ഥ്യവും* എന്ന ഈ പുസ്തകത്തിൽ. സ്വീകരിക്കുക വായിക്കുക.

ചിന്ത പബ്ലിഷേഴ്സ്

അവതാരിക

കേന്ദ്രസർക്കാരിന്റെ അശാസ്ത്രീയവും വിവേകരഹിതവുമായ ഒരു നടപടി രാജ്യത്തെയാകെ ഗുരുതരമായ പ്രതിസന്ധിയിലേക്കു തള്ളിയിട്ടിരിക്കുകയാണല്ലോ. കള്ളപ്പണമെന്നും കള്ളനോട്ടെന്നും പാകിസ്ഥാനെന്നും ഭീകരവാദമെന്നുമൊക്കെ പറഞ്ഞ് വിദ്വേഷാത്മകമായ ഒരുതരം ദേശഭക്തി ആളിക്കത്തിച്ച് അതിന്റെ മറപിടിച്ച് എന്തൊക്കെയോ നിഗൂഢ അജൻഡകൾ നടപ്പാക്കാൻ കൊണ്ടുവന്ന നാണയനിരോധനം രാജ്യത്തെ ജനജീവിതമാകെ തകിടം മറിച്ചിരിക്കുകയാണ്. ബഹുഭൂരിപക്ഷമായ ദരിദ്രരുടെയും സാധാരണക്കാരുടെയും ജീവിതമാണ് ഏറ്റവും ദുരിതപൂർണ്ണം. കൃഷി നിലച്ചു. അസംഘടിതമേഖലകൾ സ്തംഭിച്ചു. ദശലക്ഷക്കണക്കിനുപേർക്കു തൊഴിൽ നഷ്ടപ്പെട്ടുകൊണ്ടിരിക്കുന്നു. അവരുടെ കുടുംബങ്ങൾ അക്ഷരാർത്ഥത്തിൽ പട്ടിണിയിലേക്കു കൂപ്പുകുത്തിക്കഴിഞ്ഞു. രാജ്യം വലിയ സാമ്പത്തികമാന്ദ്യത്തിലേക്കും വളർച്ചാമുരടിപ്പിലേക്കും വീഴാൻപോകുകയാണെന്നാണ് നിരവധി പഠനങ്ങളും വികസനവിദഗ്ദ്ധരും വ്യക്തമാക്കുന്നത്. എന്നിട്ടും നിരവധിപേരുടെ ജീവനെടുത്ത ഈ നടപടി കൂടുതൽ കർക്കശമാക്കിക്കൊണ്ടിരിക്കുകയാണു പ്രധാനമന്ത്രി നരേന്ദ്രമോഡിയുടെ നേതൃത്വത്തിലുള്ള ബിജെപി സർക്കാർ.

ഒട്ടേറെ സവിശേഷതകളുള്ള സംസ്ഥാനമായ കേരളത്തെ ഇത് ഒട്ടേറെത്തരത്തിൽ ബാധിച്ചിരിക്കുന്നു. ഇതിന്റെ പ്രത്യാഘാതങ്ങൾ വിശദമായി പഠിക്കാൻ കേരളസർക്കാർ ഒരു വിദഗ്ദ്ധസമിതിയെത്തന്നെ നിയോഗിക്കുകയുണ്ടായി. കേരളസമ്പദ്ഘടനയുടെ ഒരു മുഖ്യ ആധാരമായ ഗൾഫ് പണത്തിന്റെ വരവു മുതൽ മറ്റു സംസ്ഥാനങ്ങളിലെ കൃഷി മുടങ്ങുന്നതുമൂലം കേരളത്തിന്റെ ഭക്ഷ്യസുരക്ഷയിൽ ഉണ്ടാകാവുന്ന

പ്രതിസന്ധിയടക്കം മുന്നിൽക്കണ്ടു മുൻകരുതലുകൾ എടുക്കേണ്ടതുണ്ട്. നോട്ടുനിരോധനത്തിന്റെ അപകടങ്ങൾ ആദ്യം തിരിച്ചറിഞ്ഞതും പ്രതികരിച്ചതും പ്രത്യാഘാതങ്ങൾ പരമാവധി ലഘൂകരിക്കാൻ ഫലപ്രദമായ ഇടപെടലുകൾ നടത്തിയതും കേരളത്തിലെ എൽ ഡി എഫ് സർക്കാരാണ്.

നിരോധനത്തിന്റെ പിറ്റേന്നുതന്നെ നിയമസഭയിൽ ഇതേപ്പറ്റി പ്രസ്താവന ചെയ്തതും സഹകരണമേഖലയിലെ പ്രതിസന്ധി മൂർച്ഛിക്കുന്നുവെന്നു വ്യക്തമായപ്പോൾ സഭയുടെ പ്രത്യേക സമ്മേളനം ചേർന്നതും ഏക ബിജെപി അംഗം ഒഴികെ സഭയുടെ സമ്പൂർണ്ണാംഗീകാരത്തോടെ പ്രമേയം പാസാക്കിയതും പലകുറി മുഖ്യമന്ത്രിയും ധനമന്ത്രിയും സഹകരണമന്ത്രിയുമൊക്കെ പ്രധാനമന്ത്രിയെയും കേന്ദ്ര ധനമന്ത്രിയെയും സന്ദർശിച്ചതും കത്തുകൾ അയച്ചതും സർവ്വകക്ഷി സമ്മേളനം ചേർന്നതും പ്രധാനമന്ത്രിയെ കാണാൻ സർവ്വകക്ഷി സംഘത്തെ അയയ്ക്കാൻ തീരുമാനിച്ചതും കേന്ദ്രത്തിന്റെ നിഷേധാത്മക നിലപാടിൽ പ്രതിഷേധിച്ചു മുഖ്യമന്ത്രിയുടെ നേതൃത്വത്തിൽ മന്ത്രിമാർതന്നെ സത്യഗ്രഹമിരുന്നതും ഹർത്താൽ നടത്തി പ്രതിഷേധിച്ചതും ഒക്കെ ഏവർക്കും അറിയാവുന്നതാണ്. ഇതിനൊക്കെപ്പുറമെ, സംസ്ഥാനത്തെ ജനങ്ങളുടെ ബുദ്ധിമുട്ടുകൾ പരമാവധി ഒഴിവാക്കാൻ കൃഷിവായ്പകൾക്കു മോറട്ടോറിയം പ്രഖ്യാപിച്ചതും ജപ്തിനടപടികൾ മാറ്റിവച്ചതും ഒട്ടേറെ സമാശ്വാസങ്ങൾ പ്രഖ്യാപിച്ചതും കേരളത്തിന്റെ മാതൃകാപരമായ ഇടപെടലുകളാണ്.

കേരളത്തിന്റെ ജീവനാഡിയായ സഹകരണമേഖലയോടു കേന്ദ്ര സർക്കാരും റിസർവ്വ് ബാങ്കും കേരളത്തിലെ ബിജെപിയും കാട്ടിയ പ്രതികാരനടപടികൾ ആ മേഖലയ്ക്കു വിശേഷിച്ചും സംസ്ഥാനത്തിനു പൊതുവിലും വലിയ ആഘാതമാണ് ഏല്പിച്ചിട്ടുള്ളത്. കേരളത്തിന്റെ പ്രതിസന്ധികാലത്ത് കക്ഷിഭേദമെന്യേ എല്ലാവരും ഒരുമിച്ചുനിന്നപ്പോൾ കേരളത്തിന്റെ താല്പര്യങ്ങൾക്കെതിരെ നിന്ന സംസ്ഥാന ബിജെപി കേരളത്തിന്റെ ശത്രുക്കളാണെന്നു ജനങ്ങൾ മനസ്സിലാക്കിയ ഘട്ടംകൂടി ആണിത്. അല്ലെങ്കിലും, സ്വാതന്ത്ര്യസമരത്തിന്റെ കാലത്ത് രാജ്യതാല്പര്യത്തിനെതിരെ ബ്രിട്ടീഷുകാർക്ക് ഒത്താശ ചെയ്ത പാരമ്പര്യമുള്ള സംഘപരിവാരത്തിന് ജനകീയപ്രശ്നങ്ങളല്ലല്ലോ ഒരുകാലത്തും അജൻഡ.

കേന്ദ്രം ഏല്പിച്ച ഇരുട്ടടിയുടെ ദുരിതങ്ങൾ തീരുകയല്ല, നീണ്ടുപോകുകയാണ്. ഇതു സ്ഥിതിഗതികൾ കൂടുതൽ വഷളാക്കുകയാണ്. കേരളത്തിലെ സർക്കാരും ജനങ്ങളും കൂടുതൽ മുൻകരുതലുകൾ എടുക്കേണ്ടതുണ്ട്. അതോടൊപ്പം, നിയമവ്യവസ്ഥകളെ അട്ടിമറിച്ചു തന്നിഷ്ടപ്രകാരം ഫാഷിസ്റ്റു രീതിയിൽ പ്രധാനമന്ത്രിയും കേന്ദ്രവും വീണ്ടുവിചാരമില്ലാതെ നടപ്പാക്കിക്കൊണ്ടിരിക്കുന്ന തലതിരിഞ്ഞ നടപടികൾക്കെതിരെ രാജ്യവ്യാപകമായ പ്രക്ഷോഭം ഉയർന്നുവരേണ്ടതുമുണ്ട്.

ഇതിനു രണ്ടിനും ജനങ്ങൾക്കിടയിൽ വിപുലമായ ആശയപ്രചാരണം അനിവാര്യമാണ്. സാമ്പത്തികശാസ്ത്രത്തിന്റെയും വികസനത്തിന്റെയും ഗഹനമായ കാര്യങ്ങൾ ലളിതമായി പ്രതിപാദിച്ച് നോട്ടു നിരോധനത്തിന്റെ പ്രത്യാഘാതങ്ങൾ വിശകലനം ചെയ്യുന്ന തോമസ് ഐസക്കിന്റെ *കള്ളപ്പണവേട്ട: മിഥ്യയും യാഥാർഥ്യവും* എന്ന ഈ പുസ്തകം ആശയപ്രചാരണത്തിന് ഉപയോഗിക്കാവുന്ന മികച്ച സാമഗ്രിയാണ്. സമയോചിതമായി ഇതിന്റെ പ്രസാധനം നിർവ്വഹിക്കാൻ ചിന്ത പബ്ലിഷേഴ്സിനും കഴിഞ്ഞിരിക്കുന്നു. എല്ലാവരും പരമാവധി പ്രയോജനപ്പെടുത്തും എന്ന പ്രത്യാശയോടെ ഈ പുസ്തകം കേരളീയർക്കായി ഞാൻ സസന്തോഷം അവതരിപ്പിക്കുന്നു.

കോടിയേരി ബാലകൃഷ്ണൻ

സമർപ്പണം

പ്രിയപ്പെട്ട ഡോ. പി കെ വാര്യർക്ക് ബഹുമാനപുരസരം

വയസ്സ് 95 കഴിഞ്ഞു. എന്നാലും ദിവസവും രാവിലെ 9.30 ന് കോട്ടയ്ക്കൽ ആര്യവൈദ്യശാലയിൽ റൗണ്ട്സിന് എത്തും. കൂട്ടത്തിൽ, രണ്ടാഴ്ചത്തെ ചികിത്സയ്ക്കായി ഇവിടെ എത്തിയ എന്റെ മുറിയിൽ വരും.

എന്റെ പ്രകൃതം ഏതാണ്ടു പഠിച്ചതുകൊണ്ട് എഴുത്തും വായനയും ഇരിപ്പുമെല്ലാം അനുവദനീയമാണ്. അതിരുവിട്ടാൽ തലവേദന വരുമെന്നു ജാഗ്രതപ്പെടുത്തിയിട്ടുമുണ്ട്. എങ്കിലും ഇളവുമൂലം ഇത്തവണയും ഒരു പുസ്തകം തീർക്കാൻ കഴിഞ്ഞു: കള്ളപ്പണം: മിഥ്യയും യാഥാർത്ഥ്യവും.

ഇന്നു ഡോക്ടർ വന്നപ്പോൾ എന്തോ ആലോചിച്ചിരുന്നു പറഞ്ഞു, 'നമ്മുടെ ബാങ്കുകൾ ശ്ശി പ്രയാസത്തിലാന്നാ തോന്നുന്നെ. കോട്ടയ്ക്കൽ അർബൻ ബാങ്കില്ലേ, അതിലാണ് എന്റെ സമ്പാദ്യമെല്ലാം. നല്ല പലിശ കിട്ട്വേ...

'ഒരിക്കൽ പൂട്ടാൻ പോയതാ. അന്നു ഞങ്ങൾ കുറച്ചുപേർ ഇടപെട്ടാണു രക്ഷിച്ചത്. ഏതോ മിസ് അപ്രോപ്രിയേഷൻ ആയിരുന്നു. സെക്ഷൻ 38 പ്രയോഗിച്ചു. ഞങ്ങൾ ഇ എം എസിനെ കണ്ടു. നിവേദകസംഘത്തോട് അദ്ദേഹം പറഞ്ഞു, 'മുണ്ടശ്ശേരിയെ കണ്ടോളൂ. അദ്ദേഹമാ ഇതിന്റെ ആള്.' അങ്ങനെയാണ് അർബൻ ബാങ്ക് രക്ഷപ്പെട്ടത്.

'അന്ന് എനിക്കു ബാങ്കുമായി ബന്ധമില്ല. കൂടെ പോകാൻ ഒരു കാരണംണ്ട്. അതിനൊക്കെമുമ്പ് കുറച്ചുകാലം ഏട്ടനായിരുന്നേ പ്രസിഡന്റ്. ആള് 1953 ൽ മരിച്ചു. എനിക്കുമുണ്ടു ലേശം സഹകരണബന്ധം. പീപ്പിൾസ് വാർ കാലത്തു പഠിത്തം വിട്ട് മേളകളുമായി വട്ടം ചുറ്റി. തിരിച്ചുവന്നപ്പോൾ ഒരു സഹകരണസ്റ്റോറുണ്ടാക്കി അവിടെ എന്നെ കുടിയിരുത്തി.

'ഇന്നിപ്പോൾ അർബൻ ബാങ്കിന്റെ സ്ഥിതിയൊക്കെ മാറി. 22 ബ്രാഞ്ചുണ്ട്. അർബൻ ബാങ്കുകൾക്കു വല്യ പ്രയാസം ഇല്ലാന്നു തോന്നുന്നു. പക്ഷേ, മറ്റുള്ളവയുടെ സ്ഥിതി ലേശം പ്രയാസത്തിൽത്തന്നെയാ, അല്ലേ? കുറവുകളുണ്ടാകും. അതു പരിഹരിക്കുകയാണു വേണ്ടത്.'

കോട്ടയ്ക്കൽ

1

നവംബർ 8

? *ഈ പുസ്തകം എന്തിന്?*

നവംബർ 8 രാത്രി 8 മണിക്കാണ് പ്രധാനമന്ത്രി മോഡി രാഷ്ട്രത്തെ അഭിസംബോധന ചെയ്തത്: 'അഴിമതിയുടെയും കള്ളപ്പണത്തിന്റെയും നീരാളിപ്പിടുത്തം തകർക്കാൻ, ഇന്നുപയോഗത്തിലുള്ള അഞ്ഞൂറിന്റെയും ആയിരത്തിന്റെയും നോട്ടുകൾക്ക് 2016 നവംബർ 8 അർദ്ധരാത്രി മുതൽ നിയമസാധുത ഇല്ലാതാക്കാൻ തീരുമാനിച്ചിരിക്കുന്നു. ഇതിനർത്ഥം ഈ നോട്ടുകൾ അർദ്ധരാത്രിമുതൽ കൈമാറ്റങ്ങൾക്കു സ്വീകാര്യമല്ലാതായിത്തീരും.'

കൈവശമുള്ള 500 ന്റെയും 1000 ന്റെയും നോട്ടുകൾ ബാങ്ക് അക്കൗണ്ടിൽ നിക്ഷേപിക്കാൻ ഡിസംബർ 30 വരെ സമയം അനുവദിച്ചു. ഈ അക്കൗണ്ടുകളിൽനിന്ന് ദിവസം 10,000 രൂപയും ആഴ്ചയിൽ 20,000 രൂപയും വീതമേ പിൻവലിക്കാൻ അനുവാദമുണ്ടാകൂ. നവംബർ 10 മുതൽ എറ്റിഎമ്മിൽനിന്ന് 2000 രൂപ വീതം ആഴ്ചയിൽ പരമാവധി 10,000 രൂപ പിൻവലിക്കാനുള്ള അവകാശം ഉണ്ടായിരിക്കും. ആവശ്യമായ തിരിച്ചറിയൽകാർഡ് കാണിച്ചാൽ പഴയ നോട്ടുകൾ നവംബർ 24 വരെ പരമാവധി 4,000 രൂപവരെ മാറിക്കിട്ടും. ഇതിനുപുറമേ ആശുപത്രികൾ, റെയിൽവേ, ബസ്, പ്ലെയിൻ കൗണ്ടറുകൾ, സർക്കാരംഗീകൃത കൺസ്യൂമർ സ്റ്റോറുകൾ, പാൽബൂത്തുകൾ എന്നിവിടങ്ങളിൽ റദ്ദാക്കിയ നോട്ടുകൾ 72 മണിക്കൂർ നേരത്തേക്കു സ്വീകരിക്കും... ഇങ്ങനെപോയി പ്രധാനമന്ത്രിയുടെ പ്രസംഗം.

രാജ്യമാകെ പ്രധാനമന്ത്രിയുടെ ടെലിവിഷൻ പ്രസംഗം കേട്ടു സ്തബ്ധരായി എന്തു ചെയ്യണമെന്നോ എങ്ങനെ പ്രതികരിക്കണമെന്നോ അറിയാതെ ഇരുന്നുപോയി. ടെലിവിഷനിൽ വന്ന പ്രതികരണങ്ങളെല്ലാം നടപടിയെ പ്രകീർത്തിച്ചുകൊണ്ട്, തല്ക്കാലം എത്ര പ്രയാസമുണ്ടാക്കിയാലും ഭാവിയിൽ രാഷ്ട്രത്തിനു ശ്രേയസ്കരമാവും എന്നമട്ടിൽ

ആയിരുന്നു. പാക്കിസ്താനെതിരായി നടത്തിയ സൈനികമിന്നലാക്രമണംപോലെ ഒരു സാമ്പത്തികമിന്നലാക്രമണം പ്രധാനമന്ത്രി നടത്തിയിരിക്കുന്നു. മോഡിയുടെ ദേശഭക്തിഗീർവാണവും നാടകവുമൊക്കെ കണ്ടും കേട്ടും എന്തോ ഗംഭീരമായൊരു കാര്യം സംഭവിക്കാൻപോകുന്നു എന്നു മിക്കവരും ഭ്രമിച്ചുപോയിരുന്നു എന്നതാണു വസ്തുത.

നിമിഷങ്ങൾക്കകം പ്രതികരണംതേടി മാധ്യമങ്ങളിൽനിന്നു വിളികൾ വന്നു. ഞാൻ ഒരു യോഗത്തിൽനിന്ന് ഓഫീസിൽ തിരിച്ചെത്തി കാര്യങ്ങൾ മനസ്സിലാക്കുമ്പോഴേക്ക് 9 മണിയായായി. ഇത് ശുദ്ധ പേ ആണല്ലോ എന്നായിരുന്നു എന്റെ ആദ്യചിന്ത. 86 ശതമാനം മൂല്യംവരുന്ന നോട്ടുകൾ ഒറ്റയടിക്കു പിൻവലിച്ചാൽ പൂർണ്ണസ്തംഭനമായിരിക്കുമെന്നു മനസ്സിലാക്കാൻ വലിയ സാമ്പത്തികശാസ്ത്രജ്ഞാനമൊന്നും ആവശ്യമില്ല. ജോൺ ഡ്രീസ് പറഞ്ഞപോലെ അതിവേഗം ഓടുന്ന കാറിന്റെ ടയർ വെടിവച്ചു പൊട്ടിക്കുന്നതുപോലെ ഇരിക്കുമിത്.

അതിനിടെ പ്രായോഗികമായ നടപടികൾ സംബന്ധിച്ചു ഫോൺ വിളികൾ വന്നു. സഹകരണബാങ്കുകളുടെ ചില പ്രസിഡന്റുമാർ വിളിച്ചു. വിവാഹാവശ്യത്തിനും മറ്റും നാളെ പലർക്കും വായ്പകൾ നൽകാനുള്ളതാണ്. വ്യക്തികൾക്കു പണം നൽകുന്നതിനു നിയന്ത്രണം വന്നിരിക്കുന്നു. അനുവദിച്ചതു കൊടുക്കാമെന്നുവച്ചാലും 500ഉം 1000ഉം നോട്ടില്ലാതെ എന്തുചെയ്യും? പിന്നാലെ കെ.സ്.എഫ്.ഇ. മാനേജർമാർ വിളിക്കുന്നു: ഏജന്റുമാർ കളക്ടുചെയ്തു കൊണ്ടുവരുന്ന പണം നാളെ വാങ്ങണോ വേണ്ടയോ? ട്രഷറി ഡയറക്ടർ, വകുപ്പുദ്യോഗസ്ഥർ എല്ലാവരും അങ്കലാപ്പിലാണ്. സംഭവിക്കാൻപോകുന്ന ഗുരുതരമായ പ്രതിസന്ധിയുടെ ആഴം ഏതാണ്ടു വ്യക്തമാകാൻ ഇതൊക്കെത്തന്നെ ധാരാളമായിരുന്നു.

അങ്ങനെയാണ് രാത്രി 9.15 നുതന്നെ മാധ്യമങ്ങളെ കാണുന്നത്. ഉത്തമവിശ്വാസമുള്ള കാര്യങ്ങൾ പറയണോ അതോ കുറച്ചു ഡിപ്ലോമാറ്റിക് ആകണോ? ഏതായാലും ഞാൻ തുറന്നടിക്കാൻ തീരുമാനിച്ചു: 'ഇതു ഭ്രാന്തൻതീരുമാനമാണ്. ഇതുകൊണ്ടൊന്നും കള്ളപ്പണം തടയാൻ കഴിയില്ല. കള്ളപ്പണം മുഴുവൻ നോട്ടുകളായി ചാക്കിൽക്കെട്ടി സൂക്ഷിച്ചിരിക്കുകയല്ല. കള്ളപ്പണത്തിന്റെ ചെറിയ പങ്കേ നോട്ടായി സൂക്ഷിക്കപ്പെടുന്നുള്ളൂ. ഏതായാലും ഇത് പാതിരാത്രി മുതൽ അടിയന്തരമായും അപ്രതീക്ഷിതമായും നടപ്പാക്കേണ്ട ആവശ്യമില്ലായിരുന്നു. രണ്ടാഴ്ചത്തെ സമയം കൊടുത്തു കറൻസികൾ പിൻവലിച്ചാലും വ്യത്യാസമൊന്നും ഉണ്ടാകുകയില്ല. പാകിസ്ഥാനിൽനിന്നുള്ള കള്ളനോട്ടു തടയാനെന്നാണു പ്രധാനമന്ത്രി ടിവിയിൽ പറഞ്ഞത്. സാവകാശം കൊടുത്തുകൊണ്ട് നോട്ടു പിൻവലിച്ചാലും ഈ ലക്ഷ്യത്തിൽ ഉറപ്പായും എത്താനാകും. ഇതിപ്പോൾ രാജ്യമാകെ സ്തംഭിക്കും. ജനങ്ങൾ വളരെയേറെ ബുദ്ധിമുട്ടും. ഏതാനും ദിവസം കഴിഞ്ഞാൽ സാധാരണ നിലയിൽ ആയേക്കും. എന്നാൽ അതുവരെ ഈ നില തുടർന്നാൽ സാമ്പത്തികമാന്ദ്യം സംഭവിക്കും. അങ്ങനെയുണ്ടായാൽ കരകയറാൻ മാസങ്ങൾതന്നെ വേണ്ടിവരും. പ്രധാനമന്ത്രിയുടെ നേരിട്ടുള്ള ടിവി പ്രഖ്യാപനമെല്ലാം നാടകമാണ്.'

പിറ്റേന്നു നിയമസഭയിൽ പ്രസ്താവന നടത്താൻവേണ്ടി പ്രധാന മന്ത്രിയുടെ പ്രസംഗവും കേന്ദ്രസർക്കാരുത്തരവുകളും സുസൂക്ഷ്മം വായിച്ചപ്പോഴാണു കാര്യങ്ങളുടെ കിടപ്പ് ഞാൻ ആദ്യം പ്രതികരിച്ചതി നേക്കാൾ ഗൗരവതരമാണെന്നു ബോദ്ധ്യമായത്. ഞാൻ കരുതിയി രുന്നത് പുതിയ നോട്ടുകളെല്ലാം അച്ചടിച്ചു തയ്യാറാക്കിയിട്ടുണ്ടാവണം എന്നാണ്. ഏതാനും ദിവസംകൊണ്ടു കാര്യങ്ങൾ പഴയപടിയാകും എന്നാണ്. പക്ഷേ, മോഡിതന്നെ ആവശ്യപ്പെടുന്നത് 50 ദിവസത്തെ സമയം വേണമെന്നാണ്. പഴയനോട്ടുകൾ ചെറിയൊരു തുകയ്ക്കുള്ളതേ ഓരോരുത്തർക്കും മാറിയെടുക്കാൻ അവകാശമുള്ളൂ. ബാങ്കിലെ അക്കൗ ണ്ടിൽനിന്നു പണം പിൻവലിക്കുന്നതിനു കർശനനിയന്ത്രണം. ഡിസം ബർ 30 ആകണമത്രേ കാര്യങ്ങൾ സാധാരണഗതിയിലാകാൻ. ഒരു ബാങ്കർ എന്നോടു പറഞ്ഞതുപോലെ 'കറൻസി മാനേജ്മെന്റി'ന്റെ പ്രശ്നങ്ങളാണ്. എന്നുവച്ചാൽ ആവശ്യത്തിനു നോട്ട് അച്ചടിച്ചിട്ടില്ല. അതി നാൽ ബാങ്കക്കൗണ്ടിൽനിന്നോ എടിഎമ്മിൽനിന്നോ ആവശ്യാനുസരണം പണം നൽകാൻ കഴിയില്ല. ഇതൊരു തുഗ്ലക്കിയൻ പരിഷ്ക്കാരം തന്നെ!

സത്യം പറഞ്ഞാൽ ആദ്യദിനങ്ങളിൽ എന്റെ പാർട്ടിക്കാരായ ചില സുഹൃത്തുക്കൾപോലും ഇക്കാര്യത്തിൽ ഞാൻ എടുത്ത കർക്കശനില പാടിനെപ്പറ്റി ആശങ്കയുള്ളവരായിരുന്നു. കാര്യങ്ങൾ ഒന്നുകൂടി വ്യക്തമാ കുന്നതിനുമുമ്പ് ഇത്ര കടുത്ത ആക്രമണം വേണമായിരുന്നോ എന്നൊ ക്കെ ചോദിച്ചവരും ധാരാളമുണ്ടായിരുന്നു. സംഘികളല്ലെങ്കിലും മോഡിയുടെ മാദ്ധ്യമസ്രഷ്ടമായ പ്രതിച്ഛായയെ വിശ്വസിക്കുന്ന ഇടത്തര ക്കാരടക്കമുള്ള വിഭാഗക്കാരും എന്റെ നിലപാടിനെ ആദ്യമൊക്കെ ശക്തമായി വിമർശിച്ചിരുന്നു. സംഘികളാകട്ടെ തങ്ങളുടെ മെഗാ അജൻ ഡക്കെതിരെ ഒരു സംസ്ഥാനധനമന്ത്രി നീങ്ങുന്നതിലുള്ള രോഷത്തി ലായിരുന്നു. അവരിപ്പോഴും എന്റെ ഫെയ്സ്ബുക്ക് പേജിൽ വന്ന് സംഘ ടിതമായ തെറിവിളി തുടരുകയാണ്. അവ നീക്കം ചെയ്യാനോ അവരെ ബ്ലോക്ക് ചെയ്യാനോ ഞാൻ തുനിഞ്ഞിട്ടില്ല.

എന്നാലിപ്പോൾ, മോഡി പറഞ്ഞ 50 ദിവസം പിന്നിട്ട് ആഴ്ചകൾ കഴിഞ്ഞിട്ടും പ്രശ്നങ്ങൾ കൂടുതൽ ഗുരുതരമാകുകയല്ലാതെ കുറഞ്ഞിട്ടില്ല. ഞാൻ ഭയപ്പെട്ടത് അക്ഷരംപ്രതി ശരിയായിവരുന്നു. യാഥാർത്ഥ്യം പറഞ്ഞാൽ വരാൻപോകുന്ന തകർച്ചയുടെ രൂക്ഷത കുറച്ചുകണ്ടു എന്നതാണ് എന്റെ സ്വയംവിമർശനം. ജനകീയപ്രതിഷേധം സമരരൂപങ്ങളിലേക്ക് ഉയർന്നുകൊണ്ടിരിക്കുകയാണ്. കേരളത്തിൽ ഇടതുപക്ഷജനാധിപത്യമുന്നണിയുടെ നേതൃത്വത്തിൽ ഡിസംബർ 28 നു ജനലക്ഷങ്ങൾ അണിചേർന്ന മനുഷ്യച്ചങ്ങല നടന്നു. പ്രതിഷേധങ്ങൾ തുടരുന്നു. ഈ സന്ദർഭത്തിൽ ഇതുവരെയുള്ള അനുഭവങ്ങളും ഉയർ ന്നുവന്ന ചോദ്യങ്ങളും അവലോകനം ചെയ്യുന്നത് ഉചിതമായി രിക്കുമെന്നു കരുതുന്നു. അതതു സന്ദർഭങ്ങളിൽ എഴുതുകയും പ്രസിദ്ധീകരി ക്കുകയും ചെയ്ത കാര്യങ്ങൾ ഒരു ചെറുഗ്രന്ഥമായി സമാഹരിക്കുക യാണു ചെയ്തിരിക്കുന്നത്.

? *നവംബർ 8 സാധാരണക്കാരുടെ ദൈനംദിനജീവിതത്തിൽ വരുത്തിയ അനിശ്ചിതാവസ്ഥ ഒന്നു വിവരിക്കാമോ?*

തീർച്ചയായും. നോട്ടുകൾ റദ്ദാക്കലിന്റെ സാമ്പത്തികപ്രത്യാഘാതങ്ങളെക്കുറിച്ചു പറയുന്നതിനുമുമ്പ് അത്തരമൊരു നഖചിത്രം മുഖവുര എന്ന നിലയിൽത്തന്നെ ആവശ്യമാണ്. നവംബർ 8 ഓരോ ഇൻഡ്യക്കാരുടേയും ജീവിതം അനിശ്ചിതത്വത്തിലാക്കി. കൈയിൽകുറച്ച് 500, 1000 നോട്ടുകളുള്ളവർക്ക് അത് ഉപയോഗിച്ചു പിറ്റേന്ന് ഒന്നും വാങ്ങാൻ കഴിയാത്ത അവസ്ഥയാണ് ഇരുട്ടിവെളുക്കെ സംഭവിച്ചത്. ക്രെഡിറ്റ് കാർഡും ഡെബിറ്റ് കാർഡും ഇല്ലാത്ത മഹാഭൂരിപക്ഷമായ സാധാരണക്കാർ വലഞ്ഞു. അന്നുമുതൽ രാജ്യംമുഴുവൻ പൊരിവെയിലിൽ എറ്റിഎമ്മിലും ബാങ്കിലും വരിനിൽക്കുകയാണ്.

അദ്ധ്വാനിച്ചുനേടിയ പണത്തിൽനിന്ന് അരിയും പലചരക്കും വാങ്ങാൻ 2000 രൂപയ്ക്ക് ദിവസംമുഴുവൻ എറ്റിഎമ്മിൽ ക്യൂ നിൽക്കേണ്ട അവസ്ഥ. ക്യൂവിന്റെ മുന്നിൽ എത്തുമ്പോഴേക്കും അവിടെ പണം തീർന്നിരിക്കും. ഉടൻ അടുത്ത എറ്റിഎമ്മിലേക്ക് ഓട്ടം. വയനാടും ഇടുക്കിയും പോലുള്ള ജില്ലകളിൽ 30ഉം 40ഉം കിലോമീറ്റർ അകലെയാണ് അടുത്ത എറ്റിഎം. അവിടെയും പണം ഉണ്ടാകുമെന്ന് ഉറപ്പില്ല.

ഇത്രയൊക്കെ കഷ്ടപ്പെട്ടാൽ ഒരുദിവസം പരമാവധി കിട്ടുന്നത് 2000 രൂപ. അതും പൊതിയാത്തേങ്ങാപോലെ രണ്ടായിരത്തിന്റെ ഒറ്റനോട്ട്! അമ്പതോ നൂറോ രൂപയ്ക്കു മീനോ പച്ചക്കറിയോ പലവ്യഞ്ജനമോ വാങ്ങി ഈ നോട്ടു കൊടുത്താൽ ബാക്കി തരാൻ കച്ചവടക്കാരുടെ കയ്യിൽ ചെറിയ നോട്ടുകൾ ഉണ്ടാവില്ല. കൊടുക്കാൻ ചെറിയ നോട്ടുകൾ നമ്മുടെ കയ്യിലുമില്ല. കയ്യിൽ 2000 ന്റെ എത്ര നോട്ട് ഉണ്ടെങ്കിലും ഹോട്ടലിൽ കയറി ഇഷ്ടമുള്ള ഭക്ഷണം ധൈര്യമായി വാങ്ങി കഴിക്കാനാവില്ല. ഉള്ള ചെറുനോട്ടുകൾ എണ്ണിനോക്കി മറ്റ് ആവശ്യങ്ങളും മനസിലോർത്തിട്ടു വേണം എന്തു കഴിക്കണം എന്നു തീരുമാനിക്കാൻ. കയ്യിൽ പണമുണ്ടായിട്ടും ദാരിദ്ര്യം അനുഭവിക്കേണ്ട അവസ്ഥ!

ഇതിനിടയിൽ ആർക്കെങ്കിലും ഒരു അത്യാഹിതമോ രോഗമോ വന്നാൽ തീർന്നു! കുട്ടികൾക്കു പരീക്ഷാഫീസ് അടയ്ക്കാൻ മാർഗ്ഗമില്ല. വിവാഹമോ മരണമോ എന്തായാലും വിട്ടുവീഴ്ചയില്ല. വിവാഹക്കാര്യത്തിൽ മാത്രം ഒരുമാസത്തിനുശേഷം മർക്കടമുഷ്ടിയിൽ അല്പം അയവുവരുത്തി. ഡിസംബർ 30ഓടെ അതും അവസാനിപ്പിച്ചു.

തോട്ടം മേഖലയിലും കശുവണ്ടിമേഖലയിലും പല അസംഘടിത മേഖലകളിലുമൊക്കെ കൂലി ആഴ്ചക്കണക്കിൽ ആയതിനാൽ തുടക്കത്തിലേതന്നെ പ്രതിസന്ധിയിലായി. തൊഴിലുടമയ്ക്ക് ആഴ്ചയിൽ 24,000 രൂപയേ എടുക്കാൻ കഴിയുള്ളൂവെങ്കിൽ എങ്ങനെ ആയിരക്കണക്കിനു തൊഴിലാളികൾക്കു ശമ്പളം കൊടുക്കും? കൂടുതൽ പേരെ ജോലിക്കുവച്ച് വലിയവലിയ നിർമ്മാണങ്ങൾ മുതൽ നാട്ടിലെ റോഡുപണിവരെ ചെയ്യിക്കുന്ന കരാറുകാരും വേണ്ടത്ര പണം പിൻവലിക്കാൻ ആകാത്തതിനാൽ കൂലികൊടുക്കാൻ ബുദ്ധിമുട്ടുന്നു. ഇതരസംസ്ഥാന ത്തൊഴിലാളികളൊക്കെ ഇതിന്റെ ഇരകളാണ്. പലരും കൂട്ടത്തോടെ മടങ്ങി.

ഇതിനു പരിഹാരമായി എല്ലാവരുടെയും ശമ്പളം അക്കൗണ്ടിൽ ഇട്ടുകൊടുക്കാമെന്നു വിചാരിച്ചാൽ അവർക്കെല്ലാം പിൻവലിക്കാൻ ബാങ്കിൽ ആവശ്യത്തിനു കറൻസി ഇല്ല. അതതാഴ്ചയിലെ കൂലികൊണ്ട് ആ ആഴ്ചതന്നെ തികയ്ക്കാൻ പറ്റാത്തവർക്ക് എന്തിനാണ് അക്കൗണ്ട്! അതുകൊണ്ട് മിക്കവർക്കും അക്കൗണ്ടില്ല. ഈ അവസ്ഥ അവിടങ്ങളിലെല്ലാം കൊടിയ പട്ടിണിക്കു വഴിതുറന്നു.

നാഗരികരുടെ കാര്യം എടുത്താലോ? ആഴ്ചയിൽ ആകെ കിട്ടുന്നത് 24,000 രൂപ. കുടുംബത്തിന്റെ ഒരാഴ്ചത്തെ എല്ലാ ചെലവും ഇതിൽ ഒതുക്കണം. മാസാദ്യം വീട്ടുവാടകയും കടയിലെ പറ്റുപടിയും പാലിന്റെയും പത്രത്തിന്റെയും പൈസയും വെള്ളം, വൈദ്യുതി, ഫോൺ ചാർജ്ജും കുട്ടികളുടെ ട്യൂഷൻഫീസും മരുന്നും ചികിത്സയും വണ്ടിയുണ്ടെങ്കിൽ പെട്രോളും ജോലിക്കാരുണ്ടെങ്കിൽ അവരുടെ ശമ്പളവും ചിട്ടിയോ ഇൻഷ്വറൻസോ ഒക്കെയുണ്ടെങ്കിൽ അവയും എല്ലാറ്റിനുംകൂടി 24,000 രൂപ! ആരോടു കടംപറയും? ഇതു കിട്ടിയിട്ടുവേണം ഓരോരുത്തർക്കും അവരവരുടെ നൂറുകൂട്ടം കാര്യം നടത്താൻ. നമ്മുടെ ബുദ്ധിമുട്ട് എന്നതിനപ്പുറം ഇതിനു സാമ്പത്തികമായി അനവധി പ്രത്യാഘാതങ്ങളുമുണ്ട്. അവകൂടി പരിശോധിക്കാം.

പലചരക്കുകടയിലെ കടം നാം മാസാദ്യം തീർത്താലേ മൊത്തക്കച്ചവടക്കാരനു പണം കൊടുക്കാൻ അയാൾക്കാവൂ. അപ്പോഴേ മൊത്തവ്യാപാരിക്ക് അയാളുടെ ഇടപാടുകാർക്കു പണം കൊടുക്കാനാകൂ. അയാളുടെ പണം കിട്ടണം വ്യവസായിക്കും കർഷകർക്കും ഉല്പാദനം നടത്താൻ. ഉല്പാദനത്തിന് അവർ അസംസ്കൃതസാധനങ്ങളുടെയും കൃഷിസാമഗ്രികളുടെയും വിലയും വേതനവും ഒക്കെയായി പലർക്കും നൽകേണ്ടതാണ് ആ പണം. അവരോരോരുരും അതു മറ്റുപലർക്കും മറ്റുപലതിനും ചെലവാക്കേണ്ടതാണ്. അങ്ങനെയങ്ങനെ പല കൈ മറിഞ്ഞു പല ആവശ്യങ്ങൾ നിറവേറ്റേണ്ടതാണു നമ്മൾ കൈകാര്യം ചെയ്യുന്ന ഓരോ നോട്ടും. ആ കണ്ണിയിലെ ആദ്യകൈമാറ്റം മുടങ്ങുന്ന തോടെ ആ നോട്ടുകൊണ്ടു നടക്കേണ്ട പലതരം പ്രവർത്തനങ്ങൾ മുടങ്ങും.

ആഴ്ചയിൽ കിട്ടുന്ന 24,000 രൂപകൊണ്ട് അത്യാവശ്യകാര്യങ്ങൾ നടത്താനാണ് ആരും ശ്രമിക്കുക. അതിലും കൂടുതൽ പണം ആവശ്യമുള്ള കാര്യങ്ങൾ വേണ്ടെന്നുവയ്ക്കും. കാറും വീടും ഗാർഹികോപകരണങ്ങളും പോലെ വിലയേറിയ സാധനങ്ങൾ വാങ്ങാൻ വായ്പയെടുക്കാമെന്നുവച്ചാലും കയ്യിൽ കിട്ടുക 24,000 രൂപ മാത്രമല്ലേ? ഫലത്തിൽ അത്തരം കാര്യങ്ങളും മാറ്റിവയ്ക്കുകയോ ഉപേക്ഷിക്കുകയോ ചെയ്യും. അത്തരം കച്ചവടം ബാങ്ക് ട്രാൻസ്ഫറും ക്രെഡിറ്റ്, ഡെബിറ്റ് കാർഡുകളുമൊക്കെ ഉള്ളവരിലേക്കു ചുരുങ്ങും. ഇതു വില്പന ഗണ്യമായി ഇടിച്ചിരിക്കുന്നു.

ഇനി, കയ്യിലുള്ളതു 2,000ന്റെ നോട്ടു മാത്രമാകുമ്പോഴും ഒട്ടേറെ വാങ്ങലുകൾ നാം മാറ്റിവയ്ക്കേണ്ടിവരും. അഞ്ഞൂറിന്റെ നോട്ട് കുറെയെങ്കിലും എത്തിയപ്പോഴാണ് നേരിയ ആശ്വാസമായത്.

ഇങ്ങനെയെല്ലാം വില്പന ഇല്ലാതാകുമ്പോൾ കേടായിപ്പോകുന്ന സാധനങ്ങൾ കിട്ടുന്നവിലയ്ക്കു വിൽക്കാൻ നിർബ്ബന്ധിതരാകുന്ന പാവ

ങ്ങളുടെ കുടുംബങ്ങൾ പട്ടിണിയിലാണ്. ഈ കച്ചവടമില്ലായ്മയും വിലയിടിവും ബാധിക്കുന്നത് പഴവും പച്ചക്കറിയും മീനുമൊക്കെ പോലുള്ള ഉല്പന്നങ്ങൾ ഉണ്ടാക്കുന്നവരെക്കൂടിയാണ്. അവരുടെ കുടുംബങ്ങളും പ്രതിസന്ധിയിലാണ്. കാർഷികമേഖലയിൽ ഉല്പന്നങ്ങൾക്കെല്ലാം വിലയിടിഞ്ഞിരിക്കുന്നു. സമസ്തരംഗങ്ങളിലും കച്ചവടവും നന്നേ ഇടിഞ്ഞിരിക്കുന്നു.

വിറ്റഴിയാതെവരുന്ന സാധനങ്ങളുടെ ഉല്പാദനം സ്വാഭാവികമായും നിലയ്ക്കുമല്ലോ. ഉല്പാദനമേഖല മാത്രമല്ല, റിയൽ എസ്റ്റേറ്റ് രംഗവും സ്തംഭിച്ചു. ഭൂമിയും കെട്ടിടവും ഫ്ളാറ്റും ഒന്നും വിൽക്കാനാവുന്നില്ല. അവിടെ നിർമ്മാണപ്രവർത്തനങ്ങൾ നിലച്ചിരിക്കുന്നു. ഇതൊക്കെമൂലം അസംഘടിതമേഖലയിൽ ദശലക്ഷക്കണക്കിനു പേരാണ് ഒരു മാസത്തിനിടെ രാജ്യത്തു തൊഴിലില്ലാതായത്! സംഘടിതമേഖലയിൽ ലോക്കൗട്ടുകളും ലേഓഫുകളും വരാനിരിക്കുന്നതേയുള്ളൂ; ഒരുപക്ഷേ, കൂട്ടപ്പിരിച്ചുവിടലുകളും. ഇവയോരോന്നുമാണ് മാന്ദ്യത്തിലേക്കു രാജ്യത്തെ തള്ളിയിട്ടത്.

? *പ്രകൃതിദുരന്തങ്ങളുംമറ്റും ഉണ്ടാകുമ്പോൾ സാധാരണക്കാർ കൊടുംദുരിതത്തിൽ ആഴ്ന്നുപോകാറുണ്ട്. പക്ഷേ, ഇതു പ്രകൃതിദുരന്തമല്ല, മനുഷ്യസ്രഷ്ടമാണ്; മോഡി സൃഷ്ടിച്ചതാണ്. ഈ കടുംകൈ ചെയ്യുന്നതിനു പ്രേരിപ്പിച്ച ചേതോവികാരമെന്ത്? യഥാർത്ഥലക്ഷ്യം എന്തായിരുന്നിരിക്കണം?*

നിലവിലുള്ള കള്ളനോട്ട് ഇല്ലാതാക്കാനും നോട്ടായി സൂക്ഷിച്ചിട്ടുള്ള കള്ളപ്പണത്തിൽ ഒരു ഭാഗം വെളിച്ചത്തു കൊണ്ടുവരാനും ബാക്കിയുള്ളവ ഔപചാരിക ബാങ്കിംഗ് വലയത്തിൽ കൊണ്ടുവരാനും നോട്ടുകൾ പൊടുന്നനെ ഒരർദ്ധരാത്രിമുതൽ ഇല്ലാതാക്കേണ്ട ആവശ്യമില്ല. (ഇത് എന്തുകൊണ്ടെന്നു പിന്നീട് വിശദമായിട്ട് പ്രതിപാദിക്കുന്നുണ്ട്.) സാവകാശം നല്കി രണ്ടോ മൂന്നോ മാസത്തിനുശേഷം നോട്ടുകൾ റദ്ദാകും എന്നു പ്രഖ്യാപിച്ചിരുന്നെങ്കിലും ഫലം ഒന്നുതന്നെ ആകുമായിരുന്നേനെ. പിന്നെന്തിന് മോഡി ജനങ്ങളെയാകെ ദുരിതത്തിലാഴ്ത്തുന്ന കടുംകൈയ്ക്കു മുതിർന്നു എന്ന ചോദ്യം പ്രസക്തമാണ്. ഉത്തരം നമുക്ക് ഊഹിക്കുകയേ നിർവാഹമുള്ളൂ.

വിദേശത്തുനിന്നെല്ലാം കള്ളപ്പണം കൊണ്ടുവന്ന് ഓരോ ഇന്ത്യക്കാരുടെ അക്കൗണ്ടിലേക്കും 15 ലക്ഷം വീതം ഇടുമെന്നത് കഴിഞ്ഞ തെരഞ്ഞെടുപ്പുകാലത്തു വലിയ പിന്തുണ നേടിയ മോഡിയുടെ വാഗ്ദാനമായിരുന്നു. ഒന്നും നടന്നില്ലെന്നു മാത്രമല്ല, വിദേശബാങ്കുകളിൽ നിക്ഷേപമുണ്ടെന്നു വെളിവാക്കപ്പെട്ട കള്ളപ്പണക്കാർക്കെതിരെ ഒരു നടപടിയും സ്വീകരിച്ചുമില്ല. ഇതു സംബന്ധിച്ച പ്രതിപക്ഷവിമർശനത്തിന്റെ മുനയൊടിക്കാനുള്ള ഒരു പൊടിക്കൈ മാത്രമായിരുന്നു നരേന്ദ്രമോഡിയുടെ നീക്കം എന്നു കരുതുന്ന ഒട്ടേറെപ്പേരുണ്ട്

പാക്കിസ്താനെതിരായ 'സർജിക്കൽസ്ട്രൈക്ക്' സൃഷ്ടിച്ച ദേശഭക്തിയാരവം കള്ളപ്പണക്കാർക്കെതിരായ മറ്റൊരു 'സർജിക്കൽ സ്ട്രൈക്കി'ലൂടെ നിലനിർത്തിക്കൊണ്ടുപോകാം എന്നായിരിക്കാം പ്രചാരണവിദ

ഗ്ഢർ ചിന്തിച്ചിരിക്കുക. ഇന്ത്യയിലെ പാവപ്പെട്ടവർക്കും ഇടത്തരക്കാർക്കും കള്ളപ്പണക്കാരോടു കടുത്ത എതിർപ്പുണ്ട്. കള്ളപ്പണക്കാർക്കെതിരായ കടുത്തനടപടിയെ കുറച്ചു പ്രയാസം സഹിക്കേണ്ടിവന്നാലും ഇവർ പിന്തുണയ്ക്കും. നല്ലൊരു കാര്യത്തിനുവേണ്ടിയുള്ള ത്യാഗമല്ലേ എന്നു ക്യൂനിൽക്കുവരൊക്കെ ആദ്യം പറഞ്ഞത് ഓർക്കുക. കള്ളപ്പണക്കാരുടെ സംരക്ഷകരായിരിക്കുമ്പോൾത്തന്നെ കള്ളപ്പണമേധാവികൾക്കെതിരെ കലഹിക്കുന്നുവെന്ന പ്രതിച്ഛായ സൃഷ്ടിക്കാൻ ഭരണാധികാരികൾക്കു കഴിയണം എന്നതാണു മുതലാളിത്തഭരണകൂടത്തിന്റെ ലൈൻ. ഇത്തരം സാദ്ധ്യതകളുടെ ഏറ്റവും നല്ല ഉദാഹരണം ട്രമ്പാണ്. ഏറ്റവും അറുപിന്തിരിപ്പൻ നിലപാടുകൾ സ്വീകരിച്ചുകൊണ്ട് എസ്റ്റാബ്ലിഷ്മെന്റിനെ തള്ളിപ്പറയാൻ കഴിഞ്ഞതാണല്ലോ ട്രമ്പിന്റെ വിജയത്തിനു പിന്നിൽ.

ഈയൊരു രാഷ്ട്രീയയുന്നം മാത്രമേ മോഡിക്ക് ഉണ്ടായിരുന്നുള്ളൂ എന്നൊരു നിലപാടിലേക്ക് എത്തേണ്ടതില്ല. അടിസ്ഥാനരഹിതമായിരുന്നെങ്കിലും ഈ നടപടിയിലൂടെ വലിയൊരു സംഖ്യ കള്ളപ്പണം ഇല്ലാതാക്കാനും അതു സർക്കാരിനു മുതൽക്കൂട്ടാക്കാനും കഴിയുമെന്നു കേന്ദ്രസർക്കാർ വിശ്വസിച്ചിരുന്നതായി എനിക്കു ബോദ്ധ്യമുണ്ട്. 500 ന്റെയും 1000 ന്റെയും നോട്ടുകൾ മുഴുവൻ സ്വന്തം പേരിലുള്ള ബാങ്കക്കൗണ്ടുകളിൽ നിക്ഷേപിച്ചാൽ തങ്ങളുടെ കള്ളം കണ്ടുപിടിക്കപ്പെടുമെന്നുകണ്ട് കള്ളപ്പണക്കാരിൽ വലിയൊരു വിഭാഗം തങ്ങളുടെ പക്കലുള്ള അസാധുവാക്കിയ നോട്ടുകൾ ബാങ്കുകളിലേക്കു തിരിച്ചുകൊണ്ടുവരില്ല എന്നായിരുന്നു അനുമാനം. ധനമന്ത്രിമാരുടെ യോഗത്തിൽ കേന്ദ്രധനമന്ത്രി ജെയ്റ്റ്ലിതന്നെ ഇത്തരം 3-4 ലക്ഷം കോടി രൂപ തിരികെ വരാതിരിക്കും എന്നു പ്രതീക്ഷിക്കുന്നതായി തുറന്നുപറഞ്ഞിട്ടുണ്ട്.

ഇത് എങ്ങനെ സർക്കാരിനു മുതൽക്കൂട്ടാകും എന്നു നോക്കാം. റിസർവ് ബാങ്കാണല്ലോ നോട്ടുകൾ അച്ചടിക്കുന്നത്. അച്ചടിക്കുന്ന നോട്ടുകൾ മുഴുവൻ റിസർവ് ബാങ്കിന്റെ ബാലൻസ് ഷീറ്റിൽ ജനങ്ങൾക്കു കൊടുക്കാനുള്ള ബാദ്ധ്യതയായാണു കണക്കെഴുതുക. 3-4 ലക്ഷം കോടി തിരിച്ചുവരാതിരുന്നാൽ അത്രയും ബാദ്ധ്യത കുറയും. ഇത്രയും കോടികൾക്കുള്ള നോട്ടുകൾ അധികബാദ്ധ്യതയൊന്നും വരുത്താതെ തന്നെ റിസർവ് ബാങ്കിന് അച്ചടിക്കാനാകും. ഇത്രയും തുക റിസർവ് ബാങ്ക് കേന്ദ്രസർക്കാരിനു ലാഭവിഹിതമായി നല്കിയാൽ അടുത്തൊരു വർഷത്തേക്കെങ്കിലും കേന്ദ്രത്തിന്റെ പഞ്ഞം അവസാനിക്കും. അടുത്ത തെരഞ്ഞെടുപ്പിനുമുമ്പ് വമ്പിച്ച ദാരിദ്ര്യനിർമ്മാർജ്ജനപദ്ധതികൾ പ്രഖ്യാപിക്കാനാകും. ജൻധൻ അക്കൗണ്ടുകളിലെല്ലാം കള്ളപ്പണക്കാരിൽനിന്നു പിടിച്ചെടുത്ത തുകയെന്ന പേരിൽ 20,000 മോ 25,000 മോ രൂപ വീതം ഡെപ്പോസിറ്റ് ചെയ്താൽ അതു വലിയ ആവേശം സൃഷ്ടിക്കും. ഇങ്ങനെ പോയിരിക്കാം മലർപ്പൊടിക്കാരന്റെ സ്വപ്നങ്ങൾ.

2

കള്ളപ്പണം

? *കള്ളനോട്ടും കള്ളപ്പണവും തമ്മിലുള്ള വ്യത്യാസം എന്താണ്? ഭീകരപ്രവർത്തനങ്ങൾക്കു പിന്തുണയായി പാക്കിസ്താൻ വലിയ തോതിൽ കള്ളനോട്ടുകൾ ഇറക്കുന്നില്ലേ? കുമ്മനം രാജശേഖരനെപ്പോലുള്ള ബി.ജെ.പി. നേതാക്കൾ കേരളത്തിലേക്ക് ഒരു കണ്ടെയ്നർ നിറയെ നോട്ടുകൾ ഇറക്കുമതി ചെയ്യുന്നതിനെക്കുറിച്ച് അന്വേഷണം ആവശ്യപ്പെട്ടിട്ടു പ്രതികരിച്ചില്ലല്ലോ?*

കള്ളനോട്ടും കള്ളപ്പണവും തികച്ചും വ്യത്യസ്തമാണ്. നോട്ടച്ചടിക്കാൻ സർക്കാരിന് അല്ലെങ്കിൽ റിസർവ് ബാങ്കിന് മാത്രമേ അധികാരമുള്ളൂ. നോട്ടുപയോഗിച്ച് രാജ്യത്തെ സാധനങ്ങളുടെ മൂല്യം അളക്കാനും അവ വാങ്ങാനും കഴിയും എന്നതുകൊണ്ടാണ് നമ്മൾ നോട്ടുകളെ വിലമതിക്കുന്നത്. 2000 രൂപ നോട്ടിന്റെ കടലാസിന്റെ വിലയും അതച്ചടിക്കാനെടുക്കുന്ന ചെലവുമെടുത്താൽ 3 രൂപ 54 പൈസയേയുള്ളൂ. സർക്കാറിൽ വിശ്വാസമുള്ളതുകൊണ്ടാണ് നമ്മളതിനെ നാണയമായി അംഗീകരിക്കുന്നത്. എന്നാൽ! ഏതെങ്കിലും വ്യക്തി നിയമവിരുദ്ധവും കൃത്രിമവുമായി ഈ നോട്ടുകൾ അച്ചടിച്ചെന്നിരിക്കട്ടെ, അയാൾക്കു വമ്പൻ ലാഭമാണുണ്ടാവുക. സർക്കാർ അടിക്കുന്ന നോട്ടുപോലെ എല്ലാം തികഞ്ഞ നോട്ടുകളടിക്കുക അസാദ്ധ്യമാണ്. പക്ഷേ സാധാരണക്കാർക്കു കള്ളനോട്ടു പെട്ടെന്നു തിരിച്ചറിയാനാകില്ല. അതുകൊണ്ട് കള്ളനോട്ട് യഥാർഥനോട്ടെന്നപോലെ പ്രചരിക്കുന്നു.

എന്നാൽ കള്ളപ്പണം ഇതിൽനിന്നു വളരെ വ്യത്യസ്തമാണ്. കള്ളപ്പണം കള്ളനോട്ടല്ല. സർക്കാരിന്റെ നികുതി വെട്ടിച്ചു സ്വരൂപിക്കുന്ന സ്വത്തോ വരുമാനമോ ആണു കള്ളപ്പണം. കള്ളപ്പണം എന്താണ്? അതിന്റെ സ്വഭാവമെന്ത്? അത് എങ്ങനെ ഉണ്ടാകുന്നു? എന്നെല്ലാമുള്ള

ചോദ്യങ്ങളുണ്ട്. അതുപ്രത്യേകം വിശദീകരിക്കാം.

ഇന്ത്യയിൽ പ്രചാരത്തിലിരിക്കുന്ന കള്ളനോട്ടുകളുടെ എണ്ണത്തെക്കുറിച്ചു കൃത്യമായ കണക്കില്ല. 'പതിനായിരക്കണക്കിനു കോടിയുടെ'യും 'കണ്ടെയ്നർ നിറയെ കള്ളനോട്ടും' എല്ലാം അടിസ്ഥാനരഹിതമാണെന്നാണ് കേന്ദ്രസർക്കാരിന്റെ മതിപ്പുകണക്കു പറയുന്നത്. 2015–16ൽ ബാങ്കുകളും പൊലീസും കണ്ടുപിടിച്ച കള്ളനോട്ടുകളുടെ എണ്ണം 1000 രൂപ നോട്ടുകളുടെ 0.002 ശതമാനവും 500 രൂപ നോട്ടുകളുടെ 0.009 ശതമാനവും ആയിരുന്നു. ഇതിന്റെ അടിസ്ഥാനത്തിൽ കോൽക്കത്തയിലെ ഇന്ത്യൻ സ്റ്റാറ്റിസ്റ്റിക്കൽ ഇൻസ്റ്റിറ്റ്യൂട്ട് നടത്തിയ പഠനം കേന്ദ്രധനസഹമന്ത്രി അർജുൻ റാം 2015 ഓഗസ്റ്റിൽ പാർലിമെന്റിൽ വെളിപ്പെടുത്തുകയുണ്ടായി. അതുപ്രകാരം ഇന്ത്യയിൽ നിലവിലുണ്ടായിരുന്ന കള്ളനോട്ടുകളുടെ മൂല്യം 400 കോടി രൂപ മാത്രമാണ്. ഇതിന്റെ രണ്ടോ മൂന്നോ മടങ്ങുവരും യഥാർത്ഥ കള്ളനോട്ടുകളുടെ എണ്ണം എന്നു വാദിച്ചാലും അതു മൊത്തം നോട്ടുകളുടെ എണ്ണത്തിന്റെ എത്രയോ തുച്ഛശതമാനമാണ്.

എന്നാലും കേരളത്തിലേക്കു കണ്ടെയ്നറുകളിൽ കള്ളനോട്ടുകൾ തീവ്രവാദപ്രവർത്തനത്തിന് ഇറക്കുമതി ചെയ്യപ്പെട്ടു എന്നു കുമ്മനത്തിന് ഉത്തമവിശ്വാസമുണ്ടെങ്കിൽ അദ്ദേഹം കേന്ദ്ര അന്വേഷണ ഏജൻസികളെക്കൊണ്ട് അന്വേഷിപ്പിക്കുകയാണു വേണ്ടത്. ഒരാളും അതിനെ എതിർക്കുന്നില്ല. അന്താരാഷ്ട്ര കള്ളനോട്ടുകള്ളക്കടത്തിനെക്കുറിച്ച് അന്വേഷിക്കുന്നതിന് സംസ്ഥാനസർക്കാരുകളുടെ പൊലീസിനു പരിമിതികളുണ്ട് എന്ന് അദ്ദേഹത്തിന് അറിയാത്തതല്ലല്ലോ.

പക്ഷേ, പ്രധാനപ്പെട്ട കാര്യം, മുമ്പു സൂചിപ്പിച്ച പഠനം എത്തിച്ചേരുന്ന നിഗമനം 'നിലവിലുള്ള പരിശോധനയും പിടിച്ചെടുക്കലിന്റെ സമ്പ്രദായങ്ങളും രാജ്യത്ത് ഇറങ്ങിക്കൊണ്ടിരിക്കുന്ന കള്ളനോട്ടുകളെ കുത്തിയൊലിപ്പിച്ചു കളയാൻ പര്യാപ്തമാണ്' എന്നാണ്. അതല്ല, നോട്ടുകൾ റദ്ദാക്കി കള്ളനോട്ടു മുഴുവൻ തുടച്ചുനീക്കണമെങ്കിൽ എന്തിനാണ് നോട്ടുകളെല്ലാം പൊടുന്നനെ നിരോധിക്കുന്നത്? രണ്ടോ മൂന്നോ മാസം സമയം നൽകി പുതിയ നോട്ടുകൾ അച്ചടിച്ചു പഴയ നോട്ടുകൾക്കു പകരം നൽകി അവ പിൻവലിച്ചിരുന്നെങ്കിലും ഈ ലക്ഷ്യം പൂർണമായും നേടാമായിരുന്നല്ലോ. ഒരു ദേശീയദുരന്തം ഒഴിവാക്കുകയും ചെയ്യാമായിരുന്നു.

? *എന്താണു കള്ളപ്പണം? എങ്ങനെയാണത് ഉണ്ടാകുന്നത്? അതിനു കള്ളനോട്ടുമായുള്ള വ്യത്യാസമെന്ത്? ഒന്നു ലളിതമായി പറഞ്ഞു തരാമോ?*

തൊട്ടുമുമ്പു സൂചിപ്പിച്ചതുപോലെ നികുതി വെട്ടിച്ച് ഉണ്ടാക്കുന്ന സമ്പത്തും വരുമാനവുമാണു കള്ളപ്പണം. സമ്പത്ത് നോട്ടിന്റെ രൂപത്തിൽ ആവണമെന്നില്ലല്ലോ. ഒരാൾ നികുതിവെട്ടിച്ചുണ്ടാക്കുന്ന വരുമാനം ഒന്നുകിൽ മറ്റു സമ്പത്തായി നിക്ഷേപിക്കപ്പെടുന്നു; അല്ലെങ്കിൽ കൂടുതൽ വരുമാനം ഉണ്ടാക്കാനായി നിക്ഷേപിക്കപ്പെടുന്നു. കള്ളനോട്ടുപോലെ നോട്ടിന്റെ സ്വഭാവമല്ല കള്ളപ്പണത്തെ നിർവചിക്കുന്നത്; സാമ്പത്തിക

പ്രവർത്തനത്തിൽ വഹിക്കുന്ന ധർമ്മമാണ്. കള്ളപ്പണം എന്നാൽ സ്വത്തിന്റെയോ വരുമാനത്തിന്റെയോ നിശ്ചലമായ ഒരു ശേഖരമല്ല. തുടർച്ചയായ രൂപാന്തരങ്ങളിലൂടെ നിരന്തരം കള്ളപ്പണം സൃഷ്ടിച്ചു കൊണ്ടിരിക്കും.

ഒരു ഉദാഹരണത്തിലൂടെ വ്യക്തമാക്കാം. നിങ്ങൾ ശമ്പളം കിട്ടിയ പണത്തിൽനിന്ന് 500 രൂപ ഒരു ഡോക്ടർക്കു കൺസൾട്ടേഷൻഫീസു കൊടുക്കുന്നു എന്നുകരുതുക. അതിനു രസീത് ഉണ്ടാവില്ലല്ലോ. അപ്പോൾ ആ 500 രൂപ കള്ളപ്പണമായി. ഡോക്ടർ ആ പണം കൊടുത്ത് ഒരു ഷർട്ടു വാങ്ങി. തുണിക്കടക്കാർ ബില്ലു നൽകി. അതോടെ തുണിക്കടക്കാരന്റെ കയ്യിലെത്തിയ കള്ളപ്പണം വെള്ളപ്പണമായി. ആ തുണിക്കടക്കാരൻ ഇങ്ങനെ നികുതിവിധേയമായി നേടിയ 20 ലക്ഷം രൂപ മകളുടെ പ്രൊഫഷണൽ കോളെജ് പ്രവേശനത്തിനു ക്യാപ്പിറ്റേഷൻ ഫീസായി നൽകുന്നു എന്നു കരുതുക. അതിനു രസീതില്ലല്ലോ. അപ്പോൾ ഒറ്റയടിക്ക് അത്രയും വെള്ളപ്പണം കള്ളപ്പണമായി. ഇതു കോളെജുമാനേജ്മെന്റ് കെട്ടിടം പണിക്കു സിമന്റു വാങ്ങാൻ രസീതു വാങ്ങി നൽകുമ്പോൾ അതു വീണ്ടും വെളുക്കുന്നു. എളുപ്പം മനസിലാക്കാൻവേണ്ടി ലളിതവത്ക്കരിച്ച് ഇങ്ങനെ പറയാവുന്ന ഒരു പ്രതിഭാസമാണു കള്ളപ്പണം. അതു നിശ്ചലമല്ല. രൂപം മാറി അതു സമ്പദ്ഘടനയിൽ വ്യാപരിച്ചുകൊണ്ടേയിരിക്കും.

കള്ളപ്പണം കയ്യിലുണ്ടാകുന്നത് സ്വാഭാവികമായും നിയമവിരുദ്ധമായ ബിസിനസുകൾ ചെയ്യുന്നവരുടെ പക്കലാകും. അവർ ബിസിനസുകാർ ആയതുകൊണ്ടുതന്നെ കയ്യിലെത്തുന്ന കള്ളപ്പണം ബിസിനസിൽ മുടക്കും. അതു മുടക്കി ഓഹരികളോ ഭൂമിയോ സ്വർണ്ണമോ ഒക്കെ വാങ്ങിയെന്നും വരാം. കള്ളപ്പണം രൂപയായി സൂക്ഷിക്കുന്നത് ഇതിനൊന്നും വഴിയില്ലാത്ത ആരെങ്കിലുമൊക്കെയാകും. പണം കൂട്ടിവയ്ക്കുന്നതു പിശുക്കരായ ആളുകളുടെമാത്രം സ്വഭാവമായിരുന്നു. ഇന്നത്തെക്കാലത്ത് അത്തരക്കാർ നന്നേ വിരളവുമാണ്. അതുകൊണ്ടാണ് ആകെ കള്ളപ്പണത്തിന്റെ ആറു ശതമാനം മാത്രമാണു കറൻസിയിൽ സൂക്ഷിക്കപ്പെട്ടിരിക്കാവുന്ന കള്ളപ്പണം എന്നു കേന്ദ്രംതന്നെ ധവളപത്രത്തിൽ മുമ്പു പറഞ്ഞത്.

ഇതിൽനിന്നു മനസിലാക്കേണ്ട ഒരു കാര്യം മുകളിലെ ഉദാഹരണത്തിൽനിന്നുതന്നെ വ്യക്തമാണ്. അടുത്ത വർഷവും ക്യാപ്പിറ്റേഷൻഫീസ് സംവിധാനം രാജ്യത്തു തുടരുകയാണെങ്കിൽ കോടികളുടെ കള്ളപ്പണം ഒറ്റ അഡ്മിഷൻ സീസൺകൊണ്ടു മാത്രം രാജ്യത്തുണ്ടാകും. നിരോധിച്ച നോട്ടിനു പകരം വന്ന നോട്ടിന്റെ രൂപത്തിലോ മറ്റ് ആസ്തികളൊ നിക്ഷേപങ്ങളോ ആയോ അതു നിലനിൽക്കും. ഇത്തരത്തിൽ കള്ളപ്പണം ഉണ്ടാകുന്ന എല്ലാവഴികളും അടയ്ക്കാനുള്ള നടപടികൾ എടുക്കുകയായിരുന്നില്ലേ കള്ളപ്പണം തടയുകയാണു ലക്ഷ്യമെങ്കിൽ ചെയ്യേണ്ടിയിരുന്ന ആദ്യപടി? ആ നടപടി എടുത്താൽപ്പിന്നെ ജനങ്ങളെ ബുദ്ധിമുട്ടിച്ച ഈ നോട്ടുനിരോധംതന്നെ വേണ്ടിവരുമായിരുന്നോ?

? *രാജ്യത്തെ കള്ളപ്പണം എത്രത്തോളമാണ്?*

കേന്ദ്രധനമന്ത്രി അരുൺ ജെയ്റ്റ്ലി പാർലമെന്റിൽ സമ്മതിച്ചതു പോലെ നോട്ടുറദ്ദാക്കലിനുമുമ്പ് എത്ര കള്ളപ്പണം ഉണ്ടായിരുന്നെന്നോ ഇപ്പോൾ എത്ര ഉണ്ടെന്നോ ഒരു കണക്കുമില്ല. കണക്കിൽപ്പെടാത്ത പണമല്ലേ കള്ളപ്പണം. അപ്പോൾ അതിന് എങ്ങനെ കൃത്യമായ കണക്കു പറയാനാകും? ഇൻഡ്യയിൽ കള്ളപ്പണത്തെക്കുറിച്ച് ഏറ്റവും വിശദമായ പഠനം നടത്തിയിട്ടുള്ളത് ജെ.എൻ.യു.വിൽ പ്രൊഫസറായിരുന്ന അരുൺ കുമാറാണ്. അദ്ദേഹത്തിന്റെ *ബ്ലായ്ക്ക് ഇക്കോണമി ഇൻ ഇൻഡ്യ* എന്ന ഗ്രന്ഥം 1999 ൽ *പെൻഗ്വിൻ* പ്രസിദ്ധീകരിച്ചു. അതുപ്രകാരം നമ്മുടെ ആഭ്യന്തരവരുമാനത്തിന്റെ 62 ശതമാനമാണു കള്ളപ്പണം. ഇന്ന് 2015-16 ൽ ദേശീയവരുമാനം 136 ലക്ഷംകോടി രൂപയായി കണക്കാക്കിയാൽ ഇത് 85 ലക്ഷംകോടി രൂപവരും. എന്നാൽ, ലോകബാങ്കിന്റെ പഠനപ്രകാരം 23 ശതമാനമാണു കള്ളപ്പണം. അതായത്, 31 ലക്ഷംകോടിരൂപ. യാഥാർത്ഥ്യം ഇതിനിടയിൽ എവിടെയോ ആയിരിക്കും.

കള്ളപ്പണം നികുതിവെട്ടിച്ച് ഉണ്ടാക്കുന്ന പണമാണല്ലോ. അതു നികുതിവലയത്തിൽ വന്നാൽ സർക്കാരിന്റെ വരുമാനം കൂടുകയും വികസനനിക്ഷേപത്തിനു കൂടുതൽ പണം ലഭ്യമാകുകയും ചെയ്യും. അതിനാൽ, കള്ളപ്പണം വളർച്ചയ്ക്കു തടസമാണ്. അതിലുപരി ഈ ഭീമമായ തുക സർക്കാരിന്റെ നയാസൂത്രണനിയന്ത്രണത്തിലല്ല എന്നതും പ്രശ്നമാണ്. കള്ളപ്പണത്തിന്റെ ഉടമസ്ഥർ പണക്കാരായിരിക്കും എന്നതിനാൽ ഉള്ളവനും ഇല്ലാത്തവനും തമ്മിലുള്ള അന്തരം വർദ്ധിക്കാനും കള്ളപ്പണം കാരണമാകും. അവസാനമായി കള്ളപ്പണമാണു ഭീകരപ്രവർത്തനം പോലുള്ള വിധ്വംസകപ്രവർത്തനങ്ങൾക്കും കള്ളക്കടത്തുപോലുള്ള നിയമവിരുദ്ധപ്രവർത്തനങ്ങൾക്കും ഉപയോഗിക്കുന്നത്. എല്ലാംകൊണ്ടും വിനാശകരമായ ഒന്നാണു കള്ളപ്പണം.

? *കള്ളപ്പണം മുഴുവൻ ഇൻഡ്യയിലാണോ സൂക്ഷിക്കുന്നത്? വിദേശ ബാങ്കുകളിലെ കള്ളപ്പണത്തെപ്പറ്റി ധാരാളം റിപ്പോർട്ടുകൾ വരാറുണ്ടല്ലോ. എങ്ങനെയാണു കള്ളപ്പണം വിദേശത്തേക്കു കൊണ്ടുപോകുന്നത്?*

രാജ്യത്തെ കള്ളപ്പണത്തിൽ ഗണ്യമായ വിഭാഗം വിദേശത്താണു സൂക്ഷിച്ചിട്ടുള്ളത്. ഇതുസംബന്ധിച്ചും കൃത്യമായ കണക്കുകളില്ല. 2012 ൽ കേന്ദ്രസർക്കാർ പർലമെന്റിൽ ഒരു ധവളപത്രം അവതരിപ്പിച്ചു. ഈ ധവളപത്രത്തിൽ ഉദ്ധരിക്കുന്ന ഗ്ലോബൽ ഫിനാൻഷ്യൽ ഇന്റഗ്രിറ്റിയുടെ പഠനം അനുസരിച്ച് 1948 നും 2008 നും ഇടയ്ക്ക് ഇന്ത്യയിൽനിന്നു നിയമവിരുദ്ധമായി പുറത്തേക്കൊഴുകിയ പണം ഏകദേശം 25 ലക്ഷംകോടി രൂപയാണ് (462 ബില്യൺ ഡോളർ). ഇത് ഒട്ടും അതിശയോക്തിയല്ല. 2011 ൽ മാത്രം 5.25 ലക്ഷംകോടി രൂപയാണ് ഇന്ത്യയിൽനിന്ന് അനധികൃതമായി വിദേശത്ത് എത്തിയത്. ഇന്ത്യയിലെ കള്ളപ്പണത്തിന്റെ സിംഹ

ഭാഗവും വിദേശത്താണ് എന്നർത്ഥം. സിബിഐയുടെ 2012 ലെ മതിപ്പു കണക്കു പ്രകാരം 33 ലക്ഷം കോടിരൂപ ഇൻഡ്യക്കാരുടേതായി വിദേശത്തുണ്ട്.

രാജ്യത്തുനിന്നു വിദേശത്തേക്കു കള്ളപ്പണം കടത്തുന്നതിനു മൂന്നു മാർഗ്ഗങ്ങളുണ്ട്. ഒന്നു ഹവാലയാണ്. ഹവാലക്കാർക്കു നമ്മുടെ രാജ്യത്തു പണം നൽകിയാൽ ഒരു കമ്മീഷനെടുത്ത് വിദേശത്ത് അവർ പണം ലഭ്യമാക്കും. അതുപോലെതന്നെ തിരിച്ചും. രണ്ടാമത്തേത് അണ്ടർ ഇൻവോയ്സിങ് ആണ്. കയറ്റുമതിവില കുറച്ചുകാണിച്ചാൽ കണക്കിൽപ്പെടാതെ പണം വിദേശത്തു കിട്ടും. മുകളിൽ പറഞ്ഞ ധവളപത്രപ്രകാരംതന്നെ 2010-2012 കാലത്തെ കയറ്റുമതിവില കുറച്ചും ഇറക്കുമതിവില കൂട്ടിയും ചരക്കുകടത്തി കള്ളപ്പണം വെളുപ്പിക്കാൻ ശ്രമിച്ച 1343 കേസുകൾ പിടിക്കപ്പെട്ടു. ഇത് 67,768 കോടി രൂപയുടെ വെളുപ്പിക്കലാണ്. പിടിക്കപ്പെട്ട കേസുകൾ ഇത്രയുമാണെങ്കിൽ പിടിക്കപ്പെടാതെ പോയവ എത്രയാവും! മഞ്ഞുമലയുടെ അരികു മാത്രമാണ് ഈ തുക എന്നു ധവളപത്രംതന്നെ പറയുന്നു. അണ്ടർഇൻവോയ്സിങ് എന്നു വിളിക്കുന്ന ഈ നടപടിയാണു വിദേശത്തേക്കു കള്ളപ്പണം കൊണ്ടുപോകാനുള്ള പ്രധാനമാർഗ്ഗം. ഹവാലാപണമിടപാടുകൾ താരതമ്യേന ചെറിയൊരു പങ്കേ വഹിക്കുന്നുള്ളൂ. മൂന്നാമത്തൊരുമാർഗ്ഗം ഔപചാരികബാങ്കിങ് സംവിധാനത്തിലൂടെയുള്ള തിരിമറികളിലൂടെ പണം വിദേശത്തു കടത്തുകയാണ്. പുണെയിലെ ഹസൻ ആലി എന്നൊരാൾ 36,000 കോടിരൂപ വിദേശബാങ്കുകളിൽ സൂക്ഷിക്കുന്നതായി ഇൻകംടാക്സ് വകുപ്പു കണ്ടെത്തി. ഔപചാരികബാങ്കിങ് സംവിധാനത്തെ പണം വെളുപ്പിക്കാൻ ഈ ഇടനിലക്കാരൻ വലിയതോതിൽ ഉപയോഗപ്പെടുത്തിയിരുന്നു. 2007 ൽ തുടങ്ങിയ കേസാണെങ്കിലും ഒരുനടപടിയും ഇതുവരെ എടുക്കാൻ കഴിഞ്ഞിട്ടില്ല.

? *വിദേശത്തുള്ള കള്ളപ്പണം ഇൻഡ്യയിലേക്ക് എങ്ങനെയാണു കൊണ്ടുവരുന്നത്? സർക്കാരിന്റെ ഒത്താശ ഇല്ലാതെ ഇതു ചെയ്യാൻ പ്രയാസമാണല്ലോ.*

കള്ളപ്പണം സംബന്ധിച്ച കേന്ദ്രത്തിന്റെ ധവളപത്രത്തിലെ കൗതുകകരമായ ഒരു വിവരം, 2006 ൽ സ്വിസ് ബാങ്കിൽ ഇന്ത്യക്കാരുടെ നിക്ഷേപം 23,373 കോടിരൂപ ആയിരുന്നത് 2010 ൽ 9295 കോടി ആയി കുറഞ്ഞു എന്നതാണ്. പക്ഷേ, ഈ കുറഞ്ഞ പണം എവിടെപ്പോയി? സർക്കാരിന് ഒരു പിടിയുമില്ല. ഈ പണം മൌറീഷ്യസ് വഴിയുള്ള നേരിട്ടുള്ള വിദേശനിക്ഷേപങ്ങളായും പാർട്ടിസിപ്പേറ്ററി നോട്ടുകൾ വഴിയുള്ള വിദേശസ്ഥാപനനിക്ഷേപങ്ങളായും ഇന്ത്യയിലേക്കുതന്നെ വന്നിട്ടുണ്ടാകാമന്നാണ് ഈ ധവളപത്രം സൂചിപ്പിക്കുന്നത്.

കള്ളപ്പണം വെളുപ്പിച്ച് ഇന്ത്യയിൽ മുതൽ മുടക്കാൻ കേന്ദ്രംതന്നെ ഒട്ടേറെ വഴികൾ തുറന്നുകൊടുത്തിട്ടുണ്ട്. ഇൻഡ്യയിൽനിന്നുള്ള കള്ളപ്പണംപോലെ എല്ലാ രാജ്യനിന്നുള്ള കള്ളപ്പണവും സൂക്ഷിക്കുന്നത് മൗറീ

ഷ്യസ്, പാനമ, സോളമൺ ദ്വീപുകൾ, സ്വിറ്റ്സർലൻഡ്, ബഹാമാസ്, ബർമുഡ, ഹോങ്കോങ്, മൊണോക്കോ, സെന്റ് കിറ്റ്സ് തുടങ്ങിയ നികുതിവെട്ടിപ്പുകേന്ദ്രങ്ങ(tax havens)ളിലാണ്. ഈ രാജ്യങ്ങളിൽ വളരെ തുച്ഛമായ നികുതിയേ ഉള്ളൂ. ഇടപാടുകാരുടെ വിവരങ്ങളൊന്നും ചോദിക്കില്ല. നിയന്ത്രണങ്ങളുമില്ല. ഈ രാജ്യങ്ങളിൽ ഒന്നായ മൗറീഷ്യസും ഇൻഡ്യയും തമ്മിൽ നികുതിയുടമ്പടി ഉണ്ട്. ഒരു രാജ്യത്തു നികുതി കൊടുത്താൽ മറ്റേ രാജ്യത്തു നികുതി ഒഴിവാക്കിക്കൊടുക്കുന്നതിനാണ് ഉടമ്പടി. മൗറീഷ്യസ് പോലുള്ള രാജ്യങ്ങൾവഴി പണം ഇന്ത്യയിൽ എത്തിച്ചാൽ പിന്നെ ചോദ്യമില്ല. ഇന്ത്യയിലേക്കു വരുന്ന വിദേശനിക്ഷേപത്തിന്റെ 50 ശതമാനത്തിലേറെയും പാപ്പരടിച്ച ഈ ദ്വീപിൽനിന്നാണ് അടുത്ത കാലംവരെ ഇന്ത്യയിലെ ഓഹരിവിപണിയിലും പണക്കമ്പോളത്തിലും നിക്ഷേപം നടത്താൻ പണത്തിന്റെ ഉടമസ്ഥനെക്കുറിച്ചുള്ള പൂർണ വിവരം നൽകണമായിരുന്നു. ഇപ്പോൾ അതും വേണ്ട. ഏതെങ്കിലും അംഗീകൃതസ്ഥാപനത്തിൽനിന്ന് ഒരു പാർട്ടിസിപ്പേറ്ററി നോട്ടു സംഘടിപ്പിച്ചാൽ മതി!

വിജയ് മല്യ ഇന്ത്യൻബാങ്കുകളെ കൊള്ളയടച്ചതിന്റെ നല്ലപങ്കും വിദേശത്തേക്കു കടത്തി. ഇങ്ങനെ പല മുതലാളിമാരും. ഇന്ത്യയിലെ പൊതുമേഖലാബാങ്കുകളിലെ 1.1 ലക്ഷംകോടിരൂപയുടെ കിട്ടാക്കടം ഏതൊക്കെ മുതലാളിമാരുടേതാണെന്ന പേരുവിവരംപോലും വെളിപ്പെടുത്താൻ സന്നദ്ധമല്ലാത്തവരാണു കള്ളപ്പണവേട്ടയെക്കുറിച്ചു വീമ്പടിക്കുന്നത്.

? *നാട്ടിലെ കള്ളപ്പണം എങ്ങനെയാണു സൂക്ഷിക്കുന്നത്? എല്ലാം 1000 ന്റെയും 500 ന്റെയും നോട്ടുകളായാണോ? എന്താണു കള്ളപ്പണത്തിന്റെ യഥാർത്ഥരീതികൾ?*

ഇതിനു നാം ആമുഖാദ്ധ്യായത്തിൽ ഉത്തരം പറഞ്ഞുകഴിഞ്ഞു. കള്ളപ്പണം നിരന്തരം ആസ്തികളിലോ സാമ്പത്തികപ്രവർത്തനങ്ങളിലോ നിക്ഷേപിക്കപ്പെടുന്നതിനാൽ കള്ളപ്പണമെന്നനിലയിൽ അതിന്റെ അസ്തിത്വം കൊള്ളലാഭത്തിനുവേണ്ടി നിരന്തരമായി നടക്കുന്ന ഈ രൂപാന്തരണപ്രക്രിയയുടെ ഒരു ചെറിയ നിമിഷം മാത്രമാണ്. മൊത്തം കള്ളപ്പണത്തിന്റെ ചെറിയൊരുഭാഗം മാത്രമേ പണമായി സൂക്ഷിക്കപ്പെടുന്നുള്ളൂ. നേരത്തേ പരാമർശിച്ച ഡോ. അരുൺകുമാറിന്റെ അഭിപ്രായത്തിൽ ഇതു മൂന്നുലക്ഷംകോടി രൂപയേ വരൂ. 90 ലക്ഷംകോടിയുടെ കള്ളപ്പണത്തിൽ മൂന്നുലക്ഷംകോടിയേ നോട്ടുകളായി സൂക്ഷിക്കുന്നുള്ളൂ. 2011–12 കാലത്ത് ഇൻകം ടാക്സ് നടത്തിയിട്ടുള്ള റെയ്ഡുകളിൽ കണ്ടെത്തിയത് നാട്ടിലെ കള്ളപ്പണത്തിന്റെ ആറുശതമാനമേ നോട്ടുകളായി സൂക്ഷിക്കുന്നുള്ളൂ എന്നാണ്. മഞ്ഞുമലയുടെ അരികു മാത്രമാണു നോട്ടായി സൂക്ഷിക്കുന്ന കള്ളപ്പണം. 500 ന്റെയും 1000 ന്റെയും നോട്ടു റദ്ദാക്കി ജനങ്ങളെയാകെ ദുരിതത്തിലാക്കിക്കൊണ്ടു മോഡി പിടിക്കാൻ ശ്രമിക്കുന്ന കള്ളപ്പണം എത്രയോ ചെറുതാണ്

കേന്ദ്ര പ്രത്യക്ഷനികുതിബോർഡ് ചെയർമാൻ അദ്ധ്യക്ഷനായ സമിതി 2012 ൽ നൽകിയ *ഇൻഡ്യയിലും വിദേശത്തുമുള്ള കള്ളപ്പണം കൈകാര്യം ചെയ്യാനുള്ള നടപടികൾ* എന്നറിപ്പോർട്ടിൽ പറയുന്നതു കാണുക: 'പൊതുജനങ്ങളിൽനിന്നുള്ള ഒരു പൊതുവായ ആവശ്യം ഉയർന്നമൂല്യമുള്ള, വിശേഷിച്ച് 500ന്റെയും 1000ന്റെയും, നോട്ടുകൾ ഡീമോനിറ്റൈസ് ചെയ്യണം എന്നതാണ്. ഇക്കാര്യത്തിൽ സമിതി കണ്ടെത്തിയിരിക്കുന്നത്, ഭൂരിപക്ഷവും ബിനാമി വസ്തുവകകളും സ്വർണ്ണവും ആഭരണവും ഒക്കെയായി സൂക്ഷിച്ചിരിക്കുന്ന കള്ളപ്പണത്തെയോ സമ്പദ്ഘടനയെയോ കൈകാര്യംചെയ്യുന്ന കാര്യത്തിൽ ഡീമോണിറ്റൈസേഷൻ പരിഹാരമാവില്ല എന്നാണ്. കൂടാതെ പിൻവലിക്കുന്നത്രയും നോട്ടു വീണ്ടും അച്ചടിച്ചു വിതരണം ചെയ്യേണ്ടതിനാൽ അത് അധികച്ചെലവ് ഉണ്ടാക്കിവയ്ക്കുകയേ ഉള്ളൂ. ബാങ്കിങ് രംഗത്തും അതു പ്രതികൂലഫലം ഉണ്ടാക്കും; മുഖ്യമായും നോട്ട് എത്തിക്കലും അതിന്റെ വിതരണവുമായി ബന്ധപ്പെട്ട കാര്യങ്ങളിൽ. ഇതിന്റെ നിർവ്വഹണം പ്രയാസമാകും. തൊഴിലാളികളുടെ ശമ്പളവും കൂലിയുമൊക്കെ വിതരണംചെയ്യാൻ പ്രയാസം നേരിടും എന്നതിനാൽ പൊതുജനങ്ങൾക്കും അസൗകര്യം ഉണ്ടാക്കും. ഇതിനെല്ലാംപുറമെ കൂടുതൽ നോട്ടടിക്കാൻ പ്രകൃതിവിഭവങ്ങൾ നശിപ്പിക്കേണ്ടിവരുന്നതിനാൽ പ്രകൃതിയിൽ ഉണ്ടാകുന്ന പ്രത്യാഘാതങ്ങളും പരിഗണിക്കണം. മുൻപു രണ്ടുവട്ടം (1946 ലും 1978 ലും) നടപ്പാക്കിയ ഡീമോനിറ്റൈസേഷനുകൾ 15 ശതമാനം നോട്ടുമാത്രം മാറ്റപ്പെടുകയും ബാക്കി 85 ശതമാനവും ശിക്ഷാനടപടികൾ ഭയന്ന് ആളുകൾ തിരികെ എത്തിക്കാതിരിക്കുകയും ചെയ്തതിനാൽ ദയനീയമായി പരാജയപ്പെട്ട അനുഭവവും മുന്നിലുണ്ട്.'

കള്ളപ്പണം സ്വമേധയാ വെളിപ്പെടുത്തുതിന് ഒരു ആംനസ്റ്റി സ്കീം കഴിഞ്ഞ ബജറ്റിൽ കൊട്ടിഘോഷിച്ചു പ്രഖ്യാപിക്കുകയുണ്ടായി. ലക്ഷ്യമിട്ടതിനേക്കാൾ എത്രയോ കുറവാണു വെളിപ്പെട്ടത്. ഈ സ്കീമിന്റെയും 'കർശനഭാവിനടപടികളുടെമുന്നറിയിപ്പുകളു'ടെയും പശ്ചാത്തലത്തിൽ ഇന്ത്യയിലെ വമ്പൻ കള്ളപ്പണക്കാരെല്ലാം തങ്ങളുടെ പണം സ്വർണ്ണത്തിലും ഭൂമിയിലും മറ്റും നിക്ഷേപിച്ചിരിക്കാനാണു സാദ്ധ്യത. 500, 1000 രൂപാനോട്ടുകൾ റദ്ദാക്കിയതുവഴി ഈ കള്ളപ്പണത്തെ തൊടാനാവില്ല.

ചുരുക്കത്തിൽ കള്ളപ്പണം തടയാൻ നോട്ടുനിരോധംകൊണ്ട് ആവില്ല. ചെറിയൊരംശമെങ്ങാനും പിടിച്ചാലായി. കള്ളനോട്ടിന്റെ കാര്യത്തിൽ മാത്രമാണ് അല്പമെങ്കിലും ഫലപ്രാപ്തി ഉണ്ടാകുക. അതിനു രണ്ടിനും പക്ഷേ, മതിയായ സമയം കൊടുത്ത്, ജനങ്ങളെ ബുദ്ധിമുട്ടിക്കാതെ നോട്ടു പിൻവലിക്കാമായിരുന്നു. ഇതൊന്നും അറിയാത്തവരാണോ പ്രധാനമന്ത്രിയെ ഉപദേശിക്കുന്നത്. അതോ മറ്റ് ഏകാധിപതികളെപ്പോലെ സ്വയം കാര്യങ്ങൾ തീരുമാനിച്ചു നടപ്പാക്കുകയാണോ?

? *സ്വകാര്യവാണിജ്യബാങ്കുകൾ കെ.വൈ.സി.തത്വം പാലിച്ചല്ലേ അക്കൗണ്ടുകൾ തുടങ്ങുന്നത്. അപ്പോൾ അതുവഴി കള്ളപ്പണം*

വെളുപ്പിക്കാൻ കഴിയുമോ? അങ്ങനെ പറയുന്നത് ഒരു ആരോപണം മാത്രമല്ലേ?

കള്ളപ്പണവുമായി ബന്ധപ്പെട്ടു പണ്ടുപണ്ടേ നാം കേൾക്കുന്നത് സ്വിസ് ബാങ്കുകളുടെ പേരാണ്. എന്നാൽ ഇന്നു കള്ളപ്പണം വെളുപ്പിക്കാൻ ദൂരെയൊന്നും പോകേണ്ട. നമ്മുടെ നാട്ടിൽത്തന്നെ സൗകര്യം ധാരാളം. അതിനുള്ള ഉപായങ്ങൾ അറിയണമെങ്കിൽ ഐസിഐസിഐ, അക്സിസ്, എച്ച്ഡിഎഫ്സി എന്നീ പുത്തൻതലമുറ സ്വകാര്യബാങ്കുകളോടു ചോദിച്ചാൽമതി. *കോബ്രാപോസ്റ്റ്* എന്ന ഓൺലൈൻ മാസികയുടെ അസോസിയേറ്റ് എഡിറ്ററായ സെയ്ദ് മൻസൂർ ഹസൻ പേരു മാറ്റി ഇന്ത്യയുടെ എല്ലാ പ്രധാന നഗരങ്ങളിലുമുള്ള ഈ ബാങ്കുകളിലെ ഡസൻ കണക്കിനു മാനേജർമാരെ സമീപിച്ചു. താൻ ഒരു പ്രമുഖ രാഷ്ട്രീയനേതാവിന്റെ ഏജന്റാണ്, ഏതാനുംകോടി രൂപയുടെ കള്ളപ്പണം ഉണ്ട്, അതു വെളുപ്പിക്കാൻ സഹായിക്കാമോ എന്നായിരുന്നു അന്വേഷണം. ഒരു മുൻപരിചയവും ഇല്ലാതിരുന്നിട്ടുപോലും എല്ലായിടത്തും ചുവപ്പു പരവതാനി സ്വീകരണമാണ് ഹസനു ലഭിച്ചത്.

കോബ്രാ പോസ്റ്റ് ചില്ലറക്കാരല്ല. അടുത്തകാലത്ത് പത്തു ലോക്സഭാംഗങ്ങളുടെ ജോലി കളഞ്ഞവരാണവർ. ലോക്സഭയിൽ ചോദ്യം ചോദിക്കാൻ അംഗങ്ങൾ പണം വാങ്ങുന്നതിന്റെ ഒളിക്യാമറ ദൃശ്യങ്ങൾ അവർ പ്രസിദ്ധീകരിച്ചു. ഇതുപോലെ പുത്തൻതലമുറ ബാങ്കുകളെക്കുറിച്ച് ഒരു അന്വേഷണാത്മകറിപ്പോർട്ട് തയ്യാറാക്കാൻ അവർ തീരുമാനിച്ചു.

സംഭാഷണങ്ങൾ മുഴുവൽ ടേപ്പുചെയ്യുന്നുവെന്ന് ബാങ്കുദ്യോഗസ്ഥർ അറിഞ്ഞില്ല. നൂറുകണക്കിനു മണിക്കൂർ വരുന്ന സംഭാഷണങ്ങൾ കൂട്ടിവായിക്കുമ്പോൾ കള്ളപ്പണം വെളുപ്പിക്കാൻ പുത്തൻതലമുറ സ്വകാര്യബാങ്കുകൾ നൽകുന്ന 'വിദഗ്ദ്ധസേവന'ങ്ങളുടെ ഒരു നഖചിത്രം നമുക്കു ലഭിക്കും. പ്രധാനപ്പെട്ട ഉപായങ്ങൾ ഇവയാണ്:

- കള്ളപ്പണം ബാങ്ക് അക്കൗണ്ടിൽ നിക്ഷേപിക്കുക. പക്ഷേ, അക്കൗണ്ട് തുറക്കുന്നതിനുമുമ്പ് ഇടപാടുകാരെക്കുറിച്ചുള്ള വിശദാംശങ്ങൾ ബാങ്ക് അറിഞ്ഞിരിക്കണം എന്നാണല്ലോ ചട്ടം. ബാങ്കുകൾ പൊതുവിൽ അംഗീകരിച്ചിട്ടുള്ളതാണ് ഇടപാടുകാരെ അറിയൽ (know your customer) നയം. അക്കൗണ്ട് എടുക്കുന്ന ആളിന്റെ തൊഴിൽ, വരുമാനമാർഗം തുടങ്ങിയ കാര്യങ്ങൾ ബാങ്കധികൃതർ ചോദിച്ചറിയണം. ഇടപാടുകാർ പാൻകാർഡ് ഹാജരാക്കണം. എന്നാൽ ഇവയൊന്നും വേണ്ട എന്നാണു പല ബാങ്ക് മാനേജർമാരും ഹസനോടു പറഞ്ഞത്. അക്കൗണ്ട് തുറക്കാം. വലിയ തുക ഒറ്റയടിക്കു നിക്ഷേപിക്കുന്നതു ശ്രദ്ധ ക്ഷണിക്കും എന്നു തോന്നുന്നുവെങ്കിൽ ഒന്നിലേറെ അക്കൗണ്ടുകൾ തുറക്കാൻ അനുവദിക്കാം എന്ന ഉദാരമായ നിലപാടും അവർ സ്വീകരിച്ചു.
- കള്ളയക്കൗണ്ടുകൾ തുറക്കാൻ വ്യാജ തൊഴിലും മേൽവിലാസവും സൃഷ്ടിക്കാൻ ബാങ്കുകൾതന്നെ കൂട്ടുനിൽക്കുന്നു. ബലാത്സംഗക്കുറ്റ

വാളി ബിട്ടയ്ക്കു മാത്രമല്ല, ബാങ്കുകളുടെ സഹായത്തോടെ കള്ളപ്പണക്കാരനും അപരനായി മാറാമെന്ന് കോബ്രാ ടേപ്പുകൾ തെളിയിക്കുന്നു.

- ഇതിനെക്കാളേറെ അപകടകരമായ നീക്കം ബാങ്കുകളുടെ നിലവിലുള്ള ഇടപാടുകാരുടെ അക്കൗണ്ടുകൾ കള്ളപ്പണം നിക്ഷേപിക്കാനും പിൻവലിക്കാനും ഉപയോഗപ്പെടുത്തുന്നതാണ്. ഇതു രണ്ടു രീതിയിലാവാം. റദ്ദാക്കാത്ത, എന്നാൽ ഉപയോഗിക്കാതെ കിടക്കുന്ന അക്കൗണ്ടുകൾ ഏറെയുണ്ട്. 'ഡോർമന്റ് അക്കൗണ്ട്' എന്ന ഈ അക്കൗണ്ടുകളിൽ ഉടമസ്ഥർ അറിയാതെ പണം നിക്ഷേപിക്കുകയും പിൻവലിക്കുകയും ചെയ്യാം. കള്ളയൊപ്പു വേണമെന്നുമാത്രം. നിലവിലുള്ള അക്കൗണ്ടുകാരെ ബിനാമിയായി ഉപയോഗപ്പെടുത്തുകയാണ് മറ്റൊരു രീതി. ഈ അക്കൗണ്ടുടമ ഏജന്റു മാത്രമായിരിക്കും. ഒപ്പിട്ട ചെക്കുകളും എറ്റിഎം ക്രെഡിറ്റ് കാർഡും കള്ളപ്പണക്കാർക്കു മുൻകൂറായി നൽകിയിരിക്കണം. അക്കൗണ്ടിൽ എത്ര പണമുണ്ടെന്ന് യഥാർത്ഥ അക്കൗണ്ടുടമയോടു ബാങ്കധികൃതർ പറയുകയുമില്ല.
- സ്വന്തം ബാങ്കിൽനിന്നോ മറ്റു ബാങ്കുകളിൽനിന്നോ ഇടപാടുകാരുടെ പേരിൽ ബാങ്ക് ഡ്രാഫ്റ്റ് ഏർപ്പാടാക്കുക. ഇടപാടുകാരുടെ അക്കൗണ്ടിൽ കാണിക്കാതെ നിക്ഷേപം തരപ്പെടുത്തുകയാണ് ഇതിന്റെ ലക്ഷ്യം.
- രഹസ്യമായി ലോക്കറുകളിൽ നേരിട്ടു പണമോ സ്വർണമോ സൂക്ഷിക്കാൻ അനുവദിക്കുക. ഇതിന്റെ ഈടിൽ ബാങ്കിൽനിന്നു വായ്പ അനുവദിക്കുമ്പോൾ നിയമവിധേയമായ പണം ഇടപാടുകാരനു ലഭിക്കും.
- വിദേശയിന്ത്യക്കാർക്കു പ്രത്യേക അക്കൗണ്ടുകൾ റിസർവ് ബാങ്ക് അനുവദിച്ചിട്ടുണ്ട്. സാധാരണ നടപടിക്രമങ്ങൾ പാലിക്കാതെ പണം ഈ അക്കൗണ്ടുകളിലേക്കു മാറ്റുക. പിന്നീട് നിയമവിധേയമായി വിദേശത്തേക്കു കടത്താനോ നാട്ടിൽ ഉപയോഗിക്കാനോ സഹായിക്കുക.
- ഇൻഷ്വറൻസ് വാങ്ങണമെങ്കിൽ 50,000 രൂപയിൽ കൂടുതലുള്ള ചെക്കുവഴി വേണമെന്നാണു നിബന്ധന. പക്ഷേ, കള്ളപ്പണക്കാർക്കുവേണ്ടി ഈ നിബന്ധന വേണ്ടെന്നു വയ്ക്കാൻ ബാങ്കുകൾ തയ്യാറാണ്. പോളിസിയെടുത്തു കഴിഞ്ഞാൽ ലോക്ക് ഇൻ പീരിയഡ് കഴിയുന്നതിനു മുമ്പുതന്നെ പോളിസി റദ്ദാക്കാനും സഹായിക്കും. ഇങ്ങനെ പലതരം ഉപായങ്ങൾ ഇൻഷ്വറൻസ് വഴി കള്ളപ്പണം വെളുപ്പിക്കാൻ ഉപയോഗിക്കുന്നു.
- ഇൻഷ്വറൻസ് പോളിസികൾ മാത്രമല്ല, സർക്കാർ സെക്യൂരിറ്റികൾ, മ്യൂച്ചൽ ഫണ്ടുകൾ. സ്വർണംഎന്നിവയിൽ നിക്ഷേപിക്കാൻ ബാങ്കുകൾക്കു സഹായിക്കാനാവും. ഏതെങ്കിലും ഒരു ഇനത്തിൽ മാത്രമായി കള്ളപ്പണം നിക്ഷേപിക്കാതെ വ്യത്യസ്ത ഉപാധികൾ ഉപയോഗപ്പെടുത്താനാണു കള്ളപ്പണക്കാർക്കു താല്പര്യം. ഒരു കാര്യം

തീർച്ച. ഇന്ത്യയിലെ സ്വർണ്ണത്തിനായുള്ള ആർത്തിക്കും സ്വർണ്ണ വിലക്കയറ്റത്തിനും ഒരു സുപ്രധാന കാരണം കള്ളപ്പണമാണ്.

- ബിനാമിയായോ അല്ലാതെയോ ആരംഭിക്കുന്ന അക്കൗണ്ടുകളിലെ പണം വേറെ അക്കൗണ്ടുകളിലേക്കോ ആസ്തികൾ വാങ്ങുന്നതിനോ തുടർച്ചയായി വിനിയോഗിക്കുന്നതിന്റെ ഫലമായി കുറേ കഴിയുമ്പോൾ സ്രോതസ് ഏതെന്ന് ഒരു ഓഡിറ്റിനും തിരിച്ചറിയാതെ വരും. ഇങ്ങനെ യഥാർത്ഥസ്രോതസും നിലവിലുള്ള ധനവിന്യാസവും തമ്മിലുള്ള ബന്ധം മറച്ചുവെയ്ക്കാൻ ധനകാര്യ അടുക്കുകൾ ഉയർത്തി മറയിടുന്ന ഈ രീതിക്ക് ലേയറിങ് (layering) എന്നാണു പറയുന്നത്.

കള്ളപ്പണം കൈകാര്യം ചെയ്യുന്നതിൽ തെല്ലൊരു അഹങ്കാരത്തോടെയാണ് ബാങ്കധികൃതർ വീഡിയോ ടേപ്പുകളിൽ പ്രസംഗിക്കുന്നത്. ചില മൊഴിമുത്തുകൾ ഇതാ:

ഡൽഹിയിലെ എച്ച്ഡിഎഫ്സി മാനേജർ, 'കള്ളപ്പണം വിഴുങ്ങാൻ മാത്രമാണ് എച്ച്ഡിഎഫ്സി നിലനിൽക്കുന്നത്'. മറ്റൊരു വനിതാ മാനേജർ, 'ഈ മേശമേൽവച്ച് ഞാൻതന്നെ 90 ലക്ഷം രൂപയാണ് എണ്ണിയത്'. 'അതിനെന്താ! എല്ലാം രഹസ്യമായിരിക്കും. വീട്ടിൽ വരാമല്ലോ. നോട്ടെണ്ണൽ യന്ത്രവും കൊണ്ടുവരാം'. 'ബാങ്കിടപാടുസമയം കഴിഞ്ഞു ലോക്കറുകൾ തുറക്കാൻ അവസരം തരാം'.

ആക്സിസ്, ഐസിഐസിഐ, എച്ച്ഡിഎഫ്സി എന്നീ മൂന്നു ബാങ്കുകളാണ് സ്വകാര്യബാങ്കുകളുടെ വിജയമാതൃകകളായി പ്രകീർത്തിക്കപ്പെടുന്നത്. എങ്ങനെയും ലാഭമുണ്ടാക്കാനുള്ള വ്യഗ്രതയിൽ ബാങ്ക്നിയമം, ആദായനികുതിനിയമം, വിദേശനാണയനിയമം തുടങ്ങിയവ മാത്രമല്ല ക്രിമിനൽ നിയമം പോലും ലംഘിക്കാൻ ഒരു മടിയുമില്ല. അപരിചിതരായ അന്വേഷകരോട് ഇത്ര തുറന്നു പറയുന്നവർ സുപരിചിതരായ കള്ളപ്പണക്കാർക്ക് എന്തെല്ലാം സൗകര്യങ്ങൾ ചെയ്തുകൊടുക്കില്ല! ഇന്ത്യ മുഴുവനുമുള്ള സാമ്പിൾ ബാങ്കു ബ്രാഞ്ചുകളിലെല്ലാം ഒരേരീതിയിലുള്ള പ്രതികരണം ഉണ്ടയതു സൂചിപ്പിക്കുന്നത് കള്ളപ്പണം വെളുപ്പിക്കുന്നതിനുള്ള നടപടികൾ ഈ പുത്തൻതലമുറബാങ്കുകളിൽ വ്യവസ്ഥാപിതമായിത്തന്നെയാണു നടന്നുവരുന്നത് എന്നാണ്.

ഏതെങ്കിലും തരത്തിൽ വ്യവസ്ഥാപിതമോ സംഘടിതമോ ആയ കള്ളത്തരത്തെ പാടേ നിഷേധിക്കുന്ന പ്രതികരണമാണു കുറ്റവാളികളായ ബാങ്കുകളുടേത്. ബാങ്ക് മേധാവികൾക്കോ നയങ്ങൾക്കോ വെട്ടിപ്പുമായി ഒരു ബന്ധവും ഇല്ലെന്നും ബിസിനസ് വർദ്ധിപ്പിക്കാനുള്ള കീഴ്ത്തട്ടിലെ ചില മാനേജർമാരുടെ ആർത്തിയുടെ ഫലമാണിതെന്നും വാദിച്ച് അവർ കൈകഴുകാൻ ശ്രമിക്കുന്നു. എല്ലാ ബാങ്കുകളും അന്വേഷണം നടത്താൻ തീരുമാനിച്ചിട്ടുണ്ട്. എച്ച്ഡിഎഫ്സി 20 ഉം ഐസിഐസിഐ 18 ഉം ആക്സിസ് 16 ഉം ഉദ്യോഗസ്ഥരെ സസ്പെൻഡ് ചെയ്തിരുന്നു. കീഴ്ത്തട്ടിലെ ഏതാനും ഉദ്യോഗസ്ഥരെ സസ്പെൻഡ് ചെയ്തുകൊണ്ട് അഴിമതിയുടെ ചെളിക്കുണ്ടിൽനിന്നു കരകയറാമെ

ന്നാണ് അവർ കരുതുന്നത്.

സ്വിസ് ബാങ്കിലെ ഇന്ത്യാക്കാരുടെ കള്ളപ്പണത്തെക്കുറിച്ച് എന്തെല്ലാം കോലാഹലങ്ങളാണ് ഉണ്ടായത്. പക്ഷേ, *കോബ്രാ പോസ്റ്റി*ന്റെ സംഭാഷണട്ടേപ്പുകൾ വായിച്ചപ്പോൾ എന്റെ മനസിൽ വന്ന ചോദ്യമിതാണ്: ഇന്ത്യയിലെ പുത്തൻതലമുറബാങ്കുകൾ എന്തിനും റെഡിയായി നിൽക്കുമ്പോൾ, അവരെ സംരക്ഷിക്കാൻ ബൂർഷ്വാപ്പാർട്ടികളുടെ ഭരണനേതൃത്വങ്ങൾ തറ്റുടുത്തുനിൽക്കുമ്പോൾ കള്ളപ്പണം വെളുപ്പിക്കാനും സൂക്ഷിക്കാനും എന്തിനു സ്വിസ് ബാങ്കിൽ പോകണം?

? *സ്വകാര്യബാങ്കുകൾ കള്ളപ്പണം വെളുപ്പിക്കുന്ന വിവരം പുറത്തുവന്നിട്ട് അധികൃതർ നടപടി എടുത്തില്ലേ? അതോ അധികാരികളുടെ ഒത്താശ ഇതിനൊക്കെ കിട്ടുന്നുണ്ടോ? ഇപ്പോഴും അത്തരം തട്ടിപ്പുകളും അഴിമതികളും തുടരുകയാണോ?*

കേവലം ഒത്താശയുടെമാത്രം കാര്യമല്ല ഇത്. വെളുപ്പിക്കലിനുള്ള വഴി തുറന്നുകൊടുത്തതുതന്നെ ഭരണകൂടമാണ്. സ്വകാര്യവാണിജ്യബാങ്കുകൾക്ക് കള്ളപ്പണയിടപാടുകൾ നിർബാധം നടത്താൻ സഹായകരമായത് 2009 ലെ തെരഞ്ഞെടുപ്പിനുമുമ്പ് അന്നത്തെ ധനമന്ത്രി പി. ചിദംബരം ബാങ്ക് കാഷ് ഇടപാടുനികുതി പിൻവലിച്ചതാണ്. 50,000 രൂപയ്ക്കു മുകളിൽ ക്യാഷായി പണമിടപാടു നടത്തുമ്പോൾ 0.01 ശതമാനം നികുതി നൽകണമായിരുന്നു. വരുമാനത്തേക്കാൾ ഉപരി ഇടപാടുകളെക്കുറിച്ച് ആദായനികുതിവകുപ്പിനു വിവരങ്ങൾ ശേഖരിക്കുക എന്നതായിരുന്നു ഈ നികുതിയുടെ ലക്ഷ്യം. എന്നാൽ ബജറ്റ് പ്രസംഗത്തിൽ ചിദംബരം പറഞ്ഞത് ഇതായിരുന്നു: 'കഴിഞ്ഞ ഏതാനും വർഷം രൂപം നൽകിയ പുതിയ നടപടിക്രമങ്ങൾമൂലം സുഗമമായി വിവരശേഖരണം നടത്താനാവും എന്നതുകൊണ്ട് 2009 ഏപ്രിൽ 1 മുതൽ ഈ നികുതി പിൻവലിക്കുകയാണ്.' ഈ നികുതി ഉണ്ടായിരുന്നെങ്കിൽ കള്ളപ്പണംകൊണ്ടുള്ള കുതന്ത്രങ്ങളിൽ ഏർപ്പെടാൻ ബാങ്കുകൾക്ക് ഇന്നത്തെപ്പോലെ ഇത്ര സുഗമമായി കഴിയുമായിരുന്നില്ല. ബാങ്കുകൾക്കുവേണ്ടി ഭരിക്കുന്ന ഇപ്പോഴത്തെ സർക്കാരും അതേ വഴിയിൽത്തന്നെ കൂടുതൽ ശക്തിയായി മുന്നോട്ടു പോകുയാണ്.

*കോബ്രാപോസ്റ്റി*ന്റെ തുറന്നുകാട്ടലിൽ കുറ്റക്കാരായ ബാങ്കുകളെ രക്ഷിക്കാൻ റിസർവ് ബാങ്കുതന്നെ ഇറങ്ങുകയായിരുന്നു. ആരോപണങ്ങളെത്തുടർന്ന് ഈ ബാങ്കുകളുടെ ഷെയർവിലകൾ ഇടിഞ്ഞു. പുതിയ സ്വകാര്യബാങ്കുകൾ അനുവദിക്കാനുള്ള നയം ചോദ്യം ചെയ്യപ്പെട്ടു. റിസർവ് ബാങ്ക് പ്രഖ്യാപിച്ച അന്വേഷണം തുടങ്ങുന്നതിനു മുമ്പുതന്നെ എല്ലാം ഭദ്രമാണെന്നു പ്രഖ്യാപിക്കപ്പെട്ടു. *കോബ്രാപോസ്റ്റി*ന്റെ നൂറുകണക്കിനു മണിക്കൂർ നീളുന്ന ടേപ്പുകൾ നിയമനടപടികളിലൂടെ വാങ്ങുന്നതിനുംമുമ്പുതന്നെ വിധി പ്രഖ്യാപിക്കപ്പെട്ടു.

റിസർവ് ബാങ്ക് ഡെപ്യൂട്ടി ഗവർണർ കെ സി ചക്രവർത്തിയായിരുന്നു പ്രതിരോധം തീർക്കാൻമുന്നിട്ടിറങ്ങിയത്: 'ഒരു കുംഭകോണവും

നടന്നിട്ടില്ല. കാരണം, ഒരു ഇടപാടും പൂർത്തിയായതായി അറിയില്ല. അനാവശ്യമായി നമ്മൾ സ്വയം അപമാനിതരാവരുത്. കള്ളപ്പണം വെളുപ്പിക്കാനുള്ള നീക്കം തടയാനുള്ള നമ്മുടെ സംവിധാനം പരിപൂർണമാണ്. അതിന് ഒരു കോട്ടവുമില്ല.'

ഒരു അഴിമതിയും ബാങ്കുകൾ നടത്തിയിട്ടില്ല എന്നതിന് ഇവർ പറയുന്ന തെളിവെന്താണ്? കള്ളപ്പണം വെളുപ്പിക്കുന്നതിനെക്കുറിച്ചു ചർച്ചകൾ നടന്നുവെന്നല്ലാതെ *കോബ്രാ പോസ്റ്റി*ന്റെ അന്വേഷക റിപ്പോർട്ടർ എങ്ങും അക്കൗണ്ട് തുറക്കുകയോ കള്ളപ്പണം വെളുപ്പിക്കുകയോ ചെയ്തിട്ടില്ല എന്നതാണ്. 'എന്റെ കൈകൊണ്ടു തൊണ്ണൂറുലക്ഷം എണ്ണി' എന്നു പറഞ്ഞതൊക്കെ എണ്ണിത്തിട്ടപ്പെടുത്തി വെളുപ്പിക്കാതെ തിരികെ കൊടുക്കുകയായിരുന്നോ ആവോ! ചോദ്യം ചോദിക്കാൻ പണം വാങ്ങിയ ലോക്സഭാംഗങ്ങളുടെ കാര്യത്തിലെന്നപോലെ പണം അക്കൗണ്ടിലിട്ടു നേരിട്ടു തെളിവുണ്ടാക്കണമായിരുന്നുവത്രേ!

റിസർവ് ബാങ്കും കേന്ദ്രസർക്കാരും മറുപടി പറയേണ്ട രണ്ടു ചോദ്യങ്ങളുണ്ട്. ഒന്ന്, നിയമലംഘനം നടത്തിയ ബാങ്കുകൾക്കെതിരെ എന്തു നടപടി സ്വീകരിക്കും? ക്രിമിനൽ നിയമലംഘനത്തിനെതിരെ പോലീസ് നടപടി ഉണ്ടാകുമോ? രണ്ട്, പുതിയ സ്വകാര്യബാങ്കുകൾ ആരംഭിക്കാനുള്ള നീക്കത്തിൽനിന്നു കേന്ദ്രസർക്കാർ പിന്തിരിയുമോ? നിലവിലുള്ള സ്വകാര്യബാങ്കുകളെപ്പോലും നിയന്ത്രിക്കാനുള്ള കഴിവില്ലാത്ത റിസർവ് ബാങ്കിന്, കോർപറേറ്റുകളുടെ നിയന്ത്രണത്തിലുള്ള പുതിയ ബാങ്കുകളെ ഫലപ്രദമായി നിയന്ത്രിക്കാനാവുമോ? പുതിയ ബാങ്കുനിയമഭേദഗതിയുടെ കടയ്ക്കൽ കത്തിവെയ്ക്കുന്ന ചോദ്യങ്ങളാണ് ഉയരുന്നത്. അതുകൊണ്ട്, അഴിമതി മൂടിവെയ്ക്കാനാണ് അധികൃതർ ശ്രമിക്കുന്നത്.

മറ്റൊരു പ്രധാനചോദ്യം, കള്ളപ്പണത്തിൽ സിംഹഭാഗവും വിദേശത്താണെന്നിരിക്കെ അതു പിടികൂടാൻ ഒരു നടപടിയും ഇല്ലാത്തത് എന്തുകൊണ്ട് എന്നതാണ്. നോട്ടിന്റെ രൂപത്തിൽ അല്ലാത്ത കള്ളപ്പണം കണ്ടെത്താനും നടപടി ഇല്ലല്ലോ. കള്ളപ്പണം തിരികെ ഇൻഡ്യയിലേക്കു കൊണ്ടുവരാനും വെളുപ്പിക്കാനുമുള്ള എല്ലാ വഴികളും തുറന്നിട്ടുകൊണ്ടല്ലേ കേന്ദ്രം കള്ളപ്പണത്തിനെതിരെ ഗിരിപ്രഭാഷണം നടത്തുന്നത്? കള്ളപ്പണം വെളുപ്പിച്ചുനൽകുന്ന പുത്തൻതലമുറബാങ്കുകളെപ്പറ്റി തെളിവുകൾ സഹിതം കോബ്രാ പോസ്റ്റിന്റെ അടക്കം റിപ്പോർട്ടുകൾ വന്നിട്ട് ആ ബാങ്കുകളെ നീതിമത്ക്കരിക്കാനും ഏതാനും ജീവനക്കാരുടെ പേരിൽ നടപടി എടുത്തെന്നു വരുത്തിത്തീർത്ത് ജനങ്ങളുടെ കണ്ണിൽ പൊടിയിടാനും ശ്രമിച്ചവരല്ലേ ഈ കേന്ദ്രസർക്കാർ? അവരാണ് കള്ളപ്പണം പിടിക്കാനെന്നുപറഞ്ഞ് രാജ്യത്തെ നിരപരാധികളെ മുഴുവൻ പീഡിപ്പിക്കുന്നത്. ഈ ആത്മാർത്ഥതയില്ലായ്മ കാരണം പഴയ നിലപാടുകൾ തുടരുന്നു എന്നതുകൊണ്ടുതന്നെ നോട്ടുനിരോധത്തിനു ശേഷവും കോടികളുടെ കള്ളപ്പണം രാജ്യത്തു വെളുപ്പിക്കപ്പെട്ടുകൊണ്ടിരിക്കുന്നു. അതിന്റെ വാർത്തകൾ അനുദിനം പുറത്തുവന്നുകൊണ്ടിരിക്കുകയാണല്ലോ.

3

നടത്തിപ്പ്

? *ജനങ്ങൾക്കു ബുദ്ധിമുട്ടുണ്ടാക്കാതെ കള്ളപ്പണവേട്ട നടത്താമായിരുന്നു എന്നാണല്ലോ താങ്കൾ തുടക്കംമുതൽ പറയുന്നത്. സമയം കൊടുത്തുകൊണ്ടു നോട്ടുകൾ പിൻവലിക്കാമായിരുന്നു എന്നും പറഞ്ഞു. അപ്പോൾ ആളുകൾക്കു കള്ളപ്പണം വെളുപ്പിക്കാൻ അവസരം കിട്ടുമായിരുന്നില്ലേ? കേന്ദ്രം എന്തു ചെയ്യണമായിരുന്നു എന്നാണു താങ്കൾ പറയുന്നത്?*

കേന്ദ്രസർക്കാർ അടിയന്തരമായി ചെയ്യേണ്ടതായി തുടക്കത്തിൽ ഞാൻ നിർദ്ദേശിച്ച കാര്യങ്ങൾ ഇവയാണ്:

(1) പ്രധാനമന്ത്രി നാടുചുറ്റൽ നടത്താതെ ഡൽഹിയിൽ തങ്ങുകയും സ്ഥിതിഗതികളുടെ ഗൗരവം മനസിലാക്കുകയും പ്രശ്നപരിഹാരം ഉണ്ടാക്കുകയും ജനപ്രതിനിധിസഭകളിൽ സംസാരിക്കാൻ തയ്യാറാകുകയും വേണം. ഡിസംബർ 31 നുശേഷവും ഇങ്ങനെതന്നെ ആയിരിക്കും കാര്യങ്ങൾ എന്നാണ് ഇപ്പോൾ വ്യക്തമായിരിക്കുന്നത്. എങ്കിൽ അടിയന്തരമായി ചില കാര്യങ്ങൾ തീരുമാനിക്കാനുണ്ട്.

(2) പകരം നോട്ടുകൾ എത്തിക്കാൻ കഴിയാതിരുന്ന സാഹചര്യത്തിൽ, നവംബർ 30 വരെയെങ്കിലും റദ്ദാക്കിയ നോട്ടുകൾ കടക്കാർക്കുംമറ്റും സ്വീകരിക്കാമെന്നും കൂലിയായുംമറ്റും കൊടുക്കാമെന്നും തുടക്കത്തിലേ പ്രഖ്യാപിക്കണമായിരുന്നു. മുപ്പതാംതീയതി ആകുമ്പോഴേക്കു പഴയ നോട്ടുകൾക്കു പകരം പുതിയ നോട്ടുകൾ വിതരണസംവിധാനത്തിൽ കുറ്റമറ്റരീതിയിൽ എത്തിക്കാൻ നടപടി എടുക്കണമായിരുന്നു. അപ്പോൾ, അതോടെ പഴയ നോട്ടുകൾ പൂർണമായി റദ്ദാക്കാമായിരുന്നു.

(3) സ്വർണ്ണം, ഭൂമി തുടങ്ങിയ വൻകിട ഇടപാടുകളുടെ കൃത്യമായ വിവരങ്ങളും സ്രോതസ്സുകളും ഇടപാടുകാർ രേഖപ്പെടുത്തണമെന്നും ഒരു

ലക്ഷത്തിനുമേൽ ഇടപാടു നടത്തുന്ന എല്ലാവരുടെയും കെവൈസി വിവരങ്ങൾ ആഡംബരവസ്തുവ്യാപാരികളും വലിയതുകയുടെ കച്ചവടം നടത്തുന്നവരും സൂക്ഷിക്കണമെന്നും ഉത്തരവ് ഇറക്കുക. ആരെങ്കിലും കള്ളപ്പണം വെളുപ്പിക്കാൻ പോയാൽ അവരെ പിന്നീടു പിടിക്കാൻ പ്രയാസം ഉണ്ടാവില്ല. ഇതനുവദിച്ചാൽ കള്ളപ്പണക്കാർ ചെറുതുകകളാക്കി സാധനങ്ങൾ വാങ്ങി കള്ളപ്പണം വെളുപ്പിക്കും എന്നാണു പലരുടെയും പേടി. അതിപ്പോഴും തടസ്സമില്ലാതെ നടന്നു. കള്ളപ്പണം ഒരു ലക്ഷം രൂപവച്ച് ബാങ്ക് അക്കൌണ്ടിൽ അടച്ചു കമ്മീഷൻ അടിസ്ഥാനത്തിൽ വെളുപ്പിച്ചുതരാൻ ഒത്തിരിപ്പേരുണ്ടാവും. ഇതല്ലേ ഇപ്പോഴും നടക്കുന്നത്.

(4) സംസ്ഥാനട്രഷറി, സംസ്ഥാന ധനകാര്യസ്ഥാപനങ്ങൾ, പൊതുസേവനങ്ങൾ എന്നിവയെ സാധാരണഗതിയിൽ പ്രവർത്തിക്കാൻ അനുവദിക്കുക. ഇവയുടെ മേലുള്ള എല്ലാ നിയന്ത്രണങ്ങളും നീക്കം ചെയ്യുക. ജനങ്ങളുടെ ക്ഷമയെ പരീക്ഷിക്കരുത് എന്നു ഞാൻ അന്നേ പറഞ്ഞതാണ്. അതല്ലേ ഇപ്പോൾ സംഭവിച്ചിരിക്കുന്നത്?

എല്ലാ പഴുതും അടച്ചിട്ടായിരുന്നെങ്കിൽ പഴയ നോട്ടുകൾ റദ്ദാക്കാൻ ഒരു മാസം മുന്നറിയിപ്പ് ഉണ്ടായിരുന്നെങ്കിലും പ്രതീക്ഷിച്ച ശുദ്ധീകരണം ഇതിലും ഭംഗിയായി നടക്കുമായിരുന്നു. കള്ളനോട്ടുകൾ ഇല്ലാതായേനെ. പണമായി സൂക്ഷിച്ചിട്ടുള്ള കള്ളപ്പണത്തിൽ സിംഹപങ്കും വെളിച്ചത്തു വരുകയും ചെയ്തേനെ. കള്ളപ്പണം വെളുപ്പിക്കാൻ ഇന്നു ലഭിച്ച സൗകര്യങ്ങളേ മുന്നറിയിപ്പു നൽകിക്കൊണ്ടു ലഭ്യമാക്കിയിരുന്നുവെങ്കിലും ഉണ്ടാകുമായിരുന്നുള്ളൂ. ഫലം ഒന്നുതന്നെ. ഇപ്പോൾ സംഭവിച്ചതെന്താ? ഒരു പഴുതും അടയ്ക്കാതെ ചുമ്മാ നോട്ട് അങ്ങു നിരോധിച്ചു. കള്ളപ്പണം ഉണ്ടായിരുന്നവരെല്ലാം അനായാസം വെളുപ്പിക്കുകയും ചെയ്തു.

? *പത്തു മാസം മുൻപു ചർച്ചകൾ തുടങ്ങിയതാണെന്നും കിറുകൃത്യതയോടുകൂടിയ ഒരു സർജിക്കൽ സ്ട്രൈക്ക് ആണ് നോട്ടുറദ്ദാക്കൽ നടപടിയെന്നും ആണല്ലോ മോഡി പറഞ്ഞത്. എന്നാൽ നിങ്ങളെപ്പോലുള്ളവർ നടത്തിപ്പിന്റെ പ്രായോഗികനടപടികൾക്കെതിരായി സമരത്തിലുമാണ്. എന്താണു സംഭവിച്ചത്?*

നോട്ടുറദ്ദാക്കൽ സംബന്ധിച്ച് പത്തുമാസം മുമ്പ് ചർച്ചകൾ ആരംഭിച്ചിരിക്കാം. പക്ഷേ ആസൂത്രണത്തിലും നടത്തിപ്പിലും ഇതുപോലെ പിഴച്ച ഒരു സ്കീം ഉണ്ടായിട്ടില്ല. അതുകൊണ്ടാണ് ഡോ. മൻമോഹൻസിംഗ് ഇതിനെ 'ദുർനടത്തിപ്പിന്റെ ബൃഹദ്സ്മാരകം' അഥവാ മോന്യുമെന്റൽ മിസ്മാനേജ്മെന്റ് എന്നു വിശേഷിപ്പിച്ചത്. *എക്കണോമിസ്റ്റ്* മാസിക 'നിർവഹണത്തിൽ കലങ്ങിപ്പോയ നോട്ടുറദ്ദാക്കൽ' എന്നാണ് ഇന്നത്തെ സ്ഥിതിവിശേഷത്തെ വിലയിരുത്തുന്നത്. എന്തൊക്കെയാണു വന്ന പ്രധാനമായ പാളിച്ചകൾ എന്നു പരിശോധിക്കാം.

ഏറ്റവും പ്രധാനപ്പെട്ട വീഴ്ച പുതിയ നോട്ടുകൾ സമയത്തിന് അച്ചടിച്ചുനല്കാൻ കഴിയുമെന്ന് ഉറപ്പുവരുത്താത്തതാണ്. ഡിസംബർ 30 നകം എന്നു പ്രധാനമന്ത്രി പറഞ്ഞെങ്കിലും ഏപ്രിലിലും അടിച്ചുതീരുമോ

എന്നതു സംശയമാണ്. സർക്കാരിനു വേണമെങ്കിൽ നോട്ടുകൾ മുൻകൂറായി ഭാഗികമായെങ്കിലും അടിച്ചുവെയ്ക്കാമായിരുന്നു. കുറച്ചെങ്കിലും അച്ചടിച്ചതാവട്ടെ 2000 ന്റെ പുതിയ നോട്ടുകളും. ചില്ലറയ്ക്കു വേണ്ടുന്ന 500 ന്റെയും 1000 ന്റെയും നോട്ടുകൾ ഇല്ലാതെവന്നതാണു ജനങ്ങൾ നേരിട്ട ഏറ്റവും വലിയ പ്രശ്നം. അച്ചടിച്ചതിൽ തെറ്റുകൾ കടന്നുകൂടി. ഏറ്റവും വലിയ വിഡ്ഢിത്തം എടിഎം മെഷീനുകളുടെ നോട്ടുപെട്ടികളുടെ വലുപ്പം കണക്കിലെടുക്കാതെയാണു നോട്ടുകൾ അച്ചടിച്ചത് എന്നതാണ്. അതുകൊണ്ട് നോട്ടുകൾ എടിഎമ്മിൽ ക്രമീകരിക്കാൻ രണ്ടാഴ്ചയിലേറെ എടുത്തു. സർക്കാരിനു വേണമെങ്കിൽ എടിഎം മെഷീനുകൾ കൂടുതലായി മുൻകൂർ ഓർഡർ കൊടുക്കാമായിരുന്നു. ഇതൊന്നും ചെയ്തില്ല. ഇത്രയേറെ ആനമണ്ടത്തരങ്ങൾ എങ്ങനെ ചെയ്തുകൂട്ടി എന്നതു വിസ്മയകരമാണ്.

അച്ചടിച്ച നോട്ടുകളാകട്ടെ, ചരിത്രത്തിലെ ഏറ്റവും മോശം നോട്ടെന്ന അപഖ്യാതിയും നേടി. കള്ളനോട്ടു തടയാനായി ചെയ്യുമ്പോൾ കള്ളനോട്ടുകാർക്ക് അനുകരിക്കാൻ കഴിയാത്ത നോട്ടുകൾ അച്ചടിക്കേണ്ടതായിരുന്നല്ലോ. എന്നാൽ, 2000 ന്റെ നോട്ട് ജനങ്ങളിൽ എത്തുന്നതിനുമുമ്പേ കള്ളനോട്ടാണ് എത്തിയത്. നവംബർ 12 ന് ആദ്യകള്ളനോട്ടു പിടിക്കപ്പെടുകയും ചെയ്തു. പഞ്ചാബിൽ 2000 ന്റെ നോട്ടടിക്കുന്നതിനിടെ ഒരു സംഘത്തെത്തന്നെ പിടിച്ചു. രണ്ടുലക്ഷം മുതൽ 42 ലക്ഷം വരെ രൂപയുടെ ഇത്തരം കള്ളനോട്ടുകൾ പിടിച്ചു! ആറുമാസം മുമ്പ് അടിച്ചുതുടങ്ങിയെന്നു പറയുന്ന 2000ന്റെ നോട്ടിൽ റിസർവ്വ് ബാങ്ക് ഗവർണ്ണറായി അതിനുശേഷം നിയമിക്കപ്പെട്ട ഊർജ്ജിത് പട്ടേലിന്റെ ഒപ്പ് എങ്ങനെവന്നു എന്ന ചോദ്യത്തിനും ഉത്തരമില്ല. പുതിയ 500ന്റെ നോട്ട് റിസർവ്വ് ബാങ്ക് അടിച്ചതുതന്നെ രണ്ടുതരം. ഒന്നു വ്യാജനാണെന്ന് ആളുകൾ സംശയിച്ചപ്പോൾ റിസർവ്വ് ബാങ്കുതന്നെ സർക്കുലർ ഇറക്കി, അതും യഥാർത്ഥ നോട്ടായി കണക്കാക്കണമെന്ന്! അബദ്ധം പറ്റിയതാണുപോലും! ഒരു സുരക്ഷാനടപടിയും ഏർപ്പെടുത്താതെയാണു പുതിയ നോട്ട് അച്ചടിച്ചത് എന്നർത്ഥം.

ഇനിയുമുണ്ടു നോട്ടുവിശേഷം. പുതിയ നോട്ടുകൾക്കു വിചിത്രമായ വലിപ്പം. നനഞ്ഞാൽ നിറം ഇളകുന്നതും പൊടിയുന്നതുമൊക്കെയാണു പുതിയ നോട്ടെന്നു വാർത്തകൾ വന്നു. നോട്ടിന്റെ രണ്ടു പകുതിയിലെയും എഴുത്തുകളുടെ വരികൾ പൊങ്ങിയും താണുമൊക്കെയാണ്. എലൈൻമെന്റുപോലും നോക്കിയില്ല. ഫോണ്ടുകൾക്കുമില്ല ഐകരൂപ്യം. എഴുത്തുകൾ പശ്ചാത്തലത്തിലെ നിറമടിച്ച കള്ളികളിൽനിന്നു പുറത്തേക്കു തള്ളി നിൽക്കുന്നു. സ്വച്ഛഭാരത് എന്ന എഴുത്ത് ഉൾക്കൊള്ളിക്കാൻ ഗാന്ധിജിയുടെ വട്ടക്കണ്ണട വലിച്ചുനീട്ടി. അക്ഷരത്തെറ്റ്, കീഴ്വഴക്കവും ചട്ടവും ലംഘിച്ചു ദേവനാഗരി ഉൾപ്പെടുത്തിയത് ഒക്കെയും ആക്ഷേപത്തിന് ഇരയായി. ചുരുക്കത്തിൽ ഒരു നോട്ടിന്റെ അടിസ്ഥാന ഘടകങ്ങളായ സുരക്ഷ, ആയുസ്സ്, കൈകാര്യം ചെയ്യാനുള്ള സൗകര്യം, അന്തസ്സും ഭംഗിയും തുടങ്ങിയവയിലെല്ലാം തികഞ്ഞ പരാജയമാണ് അച്ചടിയുടെ കാര്യത്തിൽ പുതിയ നോട്ടുകൾ.

ആസൂത്രണത്തിലെ പിഴവുമൂലം ഓരോ ദിവസവും പുതിയപുതിയ ഉത്തരവുകൾ പുറത്തിറക്കേണ്ടി വന്നു. ഓരോ ആൾക്കും പിൻവലിക്കാവുന്ന പണത്തിന്റെ തുക പലതവണ മാറ്റേണ്ടിവന്നു. പഴയ നോട്ടുകൾ ഉപയോഗിക്കാൻ ഇളവു നല്കിയ സമയപരിധിയും സ്ഥാപനങ്ങളും പലതവണ തിരുത്തേണ്ടിവന്നു. ഓരോ ദിവസവും വൈകുന്നേരത്ത് ഫിനാൻസ് സെക്രട്ടറി ശക്തിദാസിന്റെ പത്രസമ്മേളനത്തിൽ എന്തെങ്കിലും ഒരു പുതിയ തിരുത്തലുണ്ടാകും എന്നതായി അവസ്ഥ. പണം നിക്ഷേപിക്കലും പിൻവലിക്കലുമായി ബന്ധപ്പെട്ട് ആദ്യ 50 ദിവസത്തിനിടെ ഇറങ്ങിയത് നൂറോളം ഉത്തരവുകളാണ്! തങ്ങളുടെ ആസൂത്രണമില്ലായ്മയ്ക്കു ജനങ്ങളെ നട്ടംതിരിക്കുന്ന നടപടികൾ.

മൂന്നുനാലു ലക്ഷം രൂപയുടെ കള്ളപ്പണം ബാങ്കുലളിലേക്കു തിരിച്ചുവരില്ല എന്നൊക്കെയാണ് ആദ്യം വമ്പു പറഞ്ഞിരുന്നത്. എന്നാൽ, മുഴുവൻ! പണവും തിരിച്ചുവരും എന്ന് അവസാനം റവന്യൂ സെക്രട്ടറിക്കു സമ്മതിക്കേണ്ടിവന്നു. ഇതിന്റെ നാണക്കേട് ഒഴിവാക്കാൻ കുറച്ചെങ്കിലും പഴയ നോട്ടുകൾ പുറത്തു നിർത്താനുള്ള അറ്റകൈ പ്രയോഗമായി പഴയ നോട്ടുകൾ മാറിയെടുക്കുന്നത് ബുദ്ധിമുട്ടിലാക്കാൻ പല നടപടികളും സ്വീകരിച്ചു. പഴയ നോട്ടുകൾ മാറ്റിയെടുക്കാൻ ഡിസംബർ 30 വരെ സമയമുണ്ടെന്നു പ്രധാനമന്ത്രിതന്നെ പ്രഖ്യാപിച്ചതാണല്ലോ. അപ്പോഴുണ്ട് പൊടുന്നനെ ഒരു പ്രഖ്യാപനം - 5000 രൂപയേക്കാൾ കൂടുതൽ ഡെപ്പോസിറ്റ് ചെയ്യാൻ ഇനി ഒരു തവണയേ അവസരം നല്കൂ എന്ന്. അതുതന്നെ രണ്ട് ഉദ്യോഗസ്ഥർ ചോദ്യംചെയ്ത ശേഷമേ അനുവദിക്കൂ. പിന്നെ ഞാൻ റ്റിവിയിൽ കണ്ടു ഇടപാടുകാരെ ചോദ്യം ചെയ്യില്ല എന്ന ധനമന്ത്രിയുടെ പ്രഖ്യാപനം! വിദേശയിൻഡ്യക്കാരുടെയും മറ്റും കയ്യിലുള്ള നിരോധിതകറൻസികൾ റിസർവ്വ് ബാങ്കുവഴി മാറ്റാൻ മാർച്ച് 31 വരെ സമയമുണ്ട് എന്നു പറഞ്ഞതും ഇരുട്ടിവെളുക്കെ മാറിമറിഞ്ഞു. രാജ്യത്താകെക്കൂടി റിസർവ്വ് ബാങ്കിന്റെ അഞ്ച് ഓഫീസുകളിൽ മാത്രമേ ഇതിനു സൗകര്യമുള്ളൂവത്രേ! ഏറ്റവുമധികം പ്രവാസികളുള്ള കേരളത്തിലോ അയൽസംസ്ഥാനങ്ങളിലോ ഇതിനു സൗകര്യമില്ല. അങ്ങനെ പ്രവാസികളെയും വലച്ചു. സർവ്വത്ര മലക്കം മറിയലുകൾ! സർജറിയല്ല ഉലക്കകൊണ്ടുള്ള അടിയാണു സമ്പദ്ഘടനയ്ക്കു നല്കിയത്.

? *മുഴുവൻ നോട്ടും തിരിച്ചുവന്നാലും പ്രശ്നമില്ല. രണ്ടു ലക്ഷത്തിനു മുകളിലുള്ള എല്ലാ നിക്ഷേപങ്ങളും ആദായനികുതിവകുപ്പ് സൂക്ഷ്മപരിശോധനനടത്താൻപോകുന്നു എന്നാണല്ലോ ഉര കേന്ദ്രം പറഞ്ഞിരിക്കുന്നത്. ഇതു കള്ളപ്പണം കണ്ടുപിടിക്കാൻ സഹായിക്കില്ലേ? അപ്പോൾ രാജ്യത്തിനു ഗുണകരമാകില്ലേ?*

ഇനിയാണ് യഥാർത്ഥ പണി തുടങ്ങുന്നത് എന്നാണു കേന്ദ്രത്തിന്റെ പുതിയ ഭാഷ്യം. പണം ബാങ്കിൽ നിക്ഷേപിച്ച ഓരോ അക്കൗണ്ടുടമയുടെയും വരുമാനസ്രോതസ്സും നികുതിയിടപാടുകളും എല്ലാം ആദായനികുതി വകുപ്പുകാർ പരിശോധിച്ചു കള്ളപ്പണക്കാരെ പിടിക്കുമത്രേ! നല്ല

കാര്യം. പക്ഷെ കേന്ദ്രത്തോടു പറയാനുള്ളത്, നിങ്ങളുടെ പണി തീരുന്ന തുവരെ ഞങ്ങളുടെ പണം എടുക്കരുതെന്നു പറയാതിരുന്നാൽ മതി എന്നാണ്.

ഇങ്ങനെ സാവകാശം പരിശോധന നടത്തി കള്ളപ്പണക്കാരെ പിടിക്കാൻ ആയിരുന്നെങ്കിൽ എന്തിനായിരുന്നു നവംബർ 8 ന്റെ അർദ്ധ രാത്രിനാടകം? ഡിസംബർ 30 നോ അല്ലെങ്കിൽ ഒരു മാസംകൂടി കഴിഞ്ഞു ജനുവരി 30 നോ നോട്ടുകൾ റദ്ദാക്കും എന്നു പ്രഖ്യാപിച്ചാൽ പോരാ യിരുന്നോ? പഴയ നോട്ടുകൾ ഉപയോഗിച്ചു നിത്യവൃത്തി നടത്താൻ ജനങ്ങൾക്കു സാവകാശവും ലഭിക്കുമായിരുന്നല്ലോ. നിർദ്ദിഷ്ടതീയതിക്കു മുൻപ് കള്ളപ്പണക്കാരെല്ലാം നോട്ടുകൾ ബാങ്കിൽ എത്തിക്കുമ്പോൾ ഇപ്പോൾ ചെയ്യാൻ പോകുന്നതുപോലെ പരിശോധിച്ചു പിടിച്ചാൽ പോരാ യിരുന്നോ? ഇന്നത്തെ നോട്ടിനായുള്ള നെട്ടോട്ടവും സാമ്പത്തികത്തകർ ച്ചയും ഒഴിവാക്കാൻ കഴിയുമായിരുന്നു. എന്തിനു പ്രധാനമന്ത്രി മോഡി ഈ പാതകം ചെയ്തുവെന്ന് ഈ ചോദ്യം ചോദിക്കുന്ന സംഘികൾ ആരെങ്കിലും വിശദീകരിച്ചുതരുമോ?

പ്രഖ്യാപനമല്ലാതെ വീമ്പിളക്കുന്ന ഈ പരിശോധനയൊന്നും അടുത്തകാലത്തു നടത്തിത്തീരില്ല. ആദായനികുതി വകുപ്പിൽ അസസ് മെന്റ് നടത്താൻ അവകാശമുള്ള 5000 ഉദ്യോഗസ്ഥരാണുള്ളത്. ഇവർ എത്ര തലകുത്തി നിന്നാലും എത്ര അക്കൗണ്ടുകൾ പരിശോധിക്കാൻ പറ്റും? രണ്ടുലക്ഷത്തിനു മുകളിൽ നിക്ഷേപം നടത്തിയ അക്കൗണ്ടുകൾ 60 ലക്ഷത്തിലേറെ വരും. അവ എന്നു പരിശോധിച്ചു തീരാൻ!

? *കള്ളപ്പണം സ്വമേധയാ വെളിപ്പെടുത്താനുള്ള ഒരു പദ്ധതി ഇപ്പോൾ കേന്ദ്രം പ്രഖ്യാപിച്ചിട്ടുണ്ടല്ലോ. അതിനെപ്പറ്റി എന്താണ് അഭിപ്രായം?*

സ്വമേധയാ കള്ളപ്പണം വെളിപ്പെടുത്താനുള്ള ഒരു പുതിയ സ്കീം നവംബർ 28 നു കേന്ദ്രസർക്കാർ പ്രഖ്യാപിക്കുകയുണ്ടായി. പുതിയ സ്കീം പ്രകാരം 60% പിഴ അടച്ചാൽ ബാക്കി 40% വെള്ളപ്പണം ആയി കണക്കാക്കും. അവസാനത്തെ ചാൻസും നല്കിക്കഴിഞ്ഞു. ഇനി ഒത്തുതീർപ്പില്ല. കള്ളപ്പണത്തിനുമേൽ നികുതിയുടെ 200 ശതമാനം പിഴ ഈടാക്കാനാണു പോകുന്നത് എന്നു പറഞ്ഞതൊക്കെ വിഴുങ്ങിയിട്ടാണ് പുതിയ പദ്ധതി പ്രഖ്യാപിച്ചിരിക്കുന്നത്. ഇതു കള്ളപ്പണപ്രീണനം ആണെന്നും മറ്റും അന്നുതന്നെ വിമർശം ഉണ്ടായിരുന്നു.

പക്ഷേ, നോട്ടുറദ്ദാക്കലിനു മുന്നേ ഇത്തരമൊരു സ്കീം ഉണ്ടാ യിരുന്നല്ലോ. അരുൺ ജെയ്റ്റിലി ബജറ്റിൽ പ്രഖ്യാപിച്ച സ്കീം. അതി ലൂടെ കള്ളപ്പണക്കാർ 67,000 കോടി രൂപ സ്വയം വെളിപ്പെടുത്തുകയും ചെയ്തു. നോട്ട് അസാധുവാക്കുന്നതിനു സാവകാശം നൽകിക്കൊണ്ട് ഇത്തരം സ്കീം നടപ്പാക്കിയിരുന്നാലും ഫലപ്രദമാകുമായിരുന്നു എന്നല്ലേ ഇതു തെളിയിക്കുന്നത്.

ഇതുകൂടാതെ, വ്യാപകമായ റെയ്ഡുകളിലൂടെ 4,000 കോടിരൂപ യുടെ കള്ളപ്പണം പിടിച്ചെടുത്തിട്ടുണ്ട്. ഇതു നേരത്തെയും ആകാമായി രുന്നു. അതിനും കറൻസിനിരോധം വേണ്ടിയിരുന്നില്ല. ഇതൊക്കെ

യാണു ഞങ്ങൾ തുടക്കം മുതൽ പറഞ്ഞുകൊണ്ടിരുന്നത്.

? *ആഴ്ചയിൽ 24,000 വീതം മാസം ഒരുലക്ഷത്തോളം രൂപ പിൻവലിക്കാമല്ലോ. അത്രയ്ക്കു വരുമാനമുള്ളവർ എത്രപേരുണ്ട്? അപ്പോൾ ഇങ്ങനെയൊരു ധനനിയന്ത്രണം ഇത്രവലിയ പ്രശ്നമായി ഊതിപ്പെരുപ്പിക്കേണ്ടതുണ്ടോ?*

രണ്ടാമത്തെ ചോദ്യത്തിനുള്ള ഉത്തരത്തിൽ ആദ്യ ആഴ്ച 24,000 രൂപ മാത്രം കിട്ടുന്ന നഗര ശമ്പളക്കാരന് എന്തു സംഭവിക്കും എന്നതു വിവരിക്കുന്നുണ്ട്. ചെറുകിട ഉൽപ്പാദകർക്ക് തങ്ങളുടെ വ്യവസായവും വാണിജ്യവും നടത്തിക്കൊണ്ടു പോകാൻ 24,000 രൂപ മാത്രമേ ലഭിക്കൂ, ഇത് എത്ര അപര്യാപ്തമാണെന്നതിന് ഒരു ഉദാഹരണം പറയാം.

നാരായണൻ നമ്പൂതിരി ചങ്ങനാശേരിയിലെ മോഡേൺ ബ്രെഡിന്റെ മൊത്തവിതരണയേജന്റ് ആയിരുന്നു. കഠിനാദ്ധ്വാനി. വെളുപ്പിനെ ബ്രെഡ് പാക്കറ്റുകൾ കമ്പനിവണ്ടിയിൽനിന്ന് ഇറക്കുന്നതോടെ ദിനചര്യ ആരംഭിക്കുന്നു. കച്ചവടത്തിൽനിന്നുള്ള വരുമാനം ആണു വീടിന്റെ സാമ്പത്തികാശ്രയം. മൂത്തമകൻ കൃഷ്ണദാസ് ബാംഗ്ലൂർ ഇൻഡ്യൻ ഇൻസ്റ്റിറ്റ്യൂട്ട് ഓഫ് സയൻസിൽ നാനോ ടെക്നോളജിയിൽ പിഎച്ച്ഡി ചെയ്യുന്നു. ഇളയ മകൻ എംബിഎയ്ക്കു പഠിക്കുന്നു. ഭാര്യയും അച്ഛനും അമ്മയും അടങ്ങുന്ന ഇടത്തരം കുടുംബം. സ്വന്തം കച്ചവടത്തിലും കുടുംബകാര്യങ്ങളിലും ഒതുങ്ങുന്ന നാരയണൻ നമ്പൂതിരിയെക്കുറിച്ച് നാട്ടുകാർക്കും മതിപ്പ്.

നോട്ടുറദ്ദാക്കൽ പരിഷ്കാരം നമ്പൂതിരിയുടെ ജീവിതത്തിന്റെ താളം തെറ്റിച്ചു. കച്ചവടം കുറഞ്ഞു. കച്ചവടക്കാരിൽനിന്നു പണം തിരികെ കിട്ടാതെയായി. കമ്പനിക്ക് അഡ്വാൻസായി നൽകിയ ചെക്ക് മടങ്ങി. സ്വന്തം വാനിന്റെ ഡ്രൈവറോടു വാങ്ങിയ കടം തിരിച്ചുകൊടുക്കാൻ കഴിഞ്ഞില്ല. ഡ്രൈവറുടെ മകളുടെ വിവാഹത്തിനുള്ള പണം. വിവാഹമാണെങ്കിൽ അടുത്തയാഴ്ചയും. അഭിമാനിയായ നാരായണൻ നമ്പൂതിരിക്ക് ഇതു താങ്ങാവുന്നതിൽ അധികമായിരുന്നു. ഒരു ദുർബ്ബലനിമിഷത്തിൽ അദ്ദേഹം ജീവനൊടുക്കി. മോഡിയുടെ തുഗ്ലക്കിയൻ പരിഷ്ക്കാരത്തിന്റെ രക്തസാക്ഷി.

ആത്മഹത്യ ചെയ്യത്തക്ക ഭീകരസ്ഥിതി എന്താണ് എന്നുംമറ്റുമുള്ള ചോദ്യങ്ങൾ അപ്രസക്തമാണ്. തങ്ങളുടെ പണമോ വരുമാനമോ പൊടുന്നനെ ഇല്ലാതാകുന്നതു സൃഷ്ടിക്കുന്ന വ്യഥകളും ഭയവിഹ്വലതകളും നമുക്ക് അളക്കാൻ കഴിയില്ല. പ്രധാനമന്ത്രി മോഡിക്ക് ഇതൊട്ടും തിരിഞ്ഞിട്ടില്ല. അദ്ദേഹത്തിനു മാത്രമേ ഇത്ര നിസംഗതയോടെ മനുഷ്യദുരിതത്തെ കണ്ടുകൊണ്ട് ആർക്കൊക്കെയോവേണ്ടി കാഷ്ലെസ്സ് സമ്പദ് വ്യവസ്ഥയെക്കുറിച്ചു വാചാലനാകാൻ കഴിയൂ. 2002 ലെ ഗുജറാത്ത് മനുഷ്യക്കുരുതിയോടു പ്രകടിപ്പിച്ച അതെ നിസംഗത.

ഞാൻ നേരിട്ടു സാക്ഷ്യം വഹിച്ച മറ്റൊരു സംഭവം പറയാം. ദിവസം 200-250 രൂപമാത്രം കൂലികിട്ടുന്നവരാണ് കശുവണ്ടിത്തൊഴിലാളികൾ. ഇവർക്ക് അഞ്ചാഴ്ചക്കാലം തുടർച്ചയായി കൂലി കിട്ടിയില്ലെങ്കിൽ

എന്തായിരിക്കും അവസ്ഥ! ഞങ്ങളെങ്ങനെ ജീവിക്കും എന്ന അവരുടെ ചോദ്യത്തിന് എനിക്കു മറുപടി ഉണ്ടായിരുന്നില്ല.

അടൂരിനടുത്ത് കടമ്പനാടു പഞ്ചായത്തിലുള്ള ഒരു കശുവണ്ടി ഫാക്ടറിയിലെ തൊഴിലാളികളാണ് ഈ ചോദ്യം ഉയർത്തിയത്. അടൂർ വഴി പോകുകയായിരുന്ന ഞാൻ പ്രശ്നമുണ്ടെന്നറിഞ്ഞ് അവിടെ കയറുകയായിരുന്നു. രോക്ഷാകുലരായ തൊഴിലാളികൾ ശക്തമായി പ്രതികരിക്കുമെന്നു ചിലർ ജാഗ്രതപ്പെടുത്തുക പോലും ചെയ്തു. അതു സാരമില്ലെന്നു ഞാൻ പറഞ്ഞു. ഇവർക്ക് ആഴ്ചതോറുമാണു കൂലി നൽകുന്നത്. കറൻസി നോട്ടുകൾ റദ്ദാക്കുമ്പോൾ ഒരാഴ്ചത്തെ കൂലി കിട്ടാനുണ്ടായിരുന്നു. റദ്ദാക്കിയശേഷം നാലാഴ്ചയായി. ഒരുപൈസ കൂലി കിട്ടിയിട്ടില്ല! തന്റെ പണം ബാങ്കിലുണ്ട്, പക്ഷേ നോട്ട് കിട്ടാതെ എങ്ങിനെ കൂലി കൊടുക്കും എന്നായിരുന്നു മുതലാളിയുടെ പറച്ചിൽ.

കേരളത്തിലെ അസംഘടിതമേഖലയിൽ ഒട്ടുമിക്ക സ്ഥലത്തെയും അവസ്ഥ ഇതാണ്. കൂലി കൊടുക്കാൻ നോട്ട് ഇല്ലാത്തതിനാൽ പണിക്ക് ആളെ നിർത്തുന്നില്ല. പണിയെടുത്താലും കൂലി ഇല്ല. സഹികെട്ടപ്പോൾ അടൂരിലെ തൊഴിലാളികൾ എന്തു ചെയ്തെന്നോ? ഫാക്ടറി അങ്ങു പിടിച്ചെടുത്തു! രാത്രിയിലും ഫാക്ടറിവിട്ടു പോയില്ല. ഒക്കുപ്പൈ സമരം! ഒരു യൂണിയൻ നേതാവിനെയും കയറ്റാനും അവർ തയ്യാറായില്ല. യൂണിയൻ നേതാക്കൾ ശുഷ്ക്കാന്തിയോടെ പ്രവർത്തിച്ചിരുന്നെങ്കിൽ നോട്ടു കിട്ടുമായിരുന്നു എന്നൊരു തെറ്റിദ്ധാരണ അവർക്ക് ഉള്ളതുപോലെതോന്നി.

തൊഴിലാളിസമരത്തെ അഭിവാദനം ചെയ്തുകൊണ്ടാണു ഞാൻ സംഭാഷണം ആരംഭിച്ചത് 'നിങ്ങളുടെത് ഉജ്ജ്വലസമരമാണ്. ഇങ്ങനെ വേണം. അനീതി കണ്ടാൽ എതിർക്കണം. എല്ലാവരും ഇങ്ങനെ ചെയ്തിരുന്നെങ്കിൽ മോഡിക്ക് ഇതു ചെയ്യാൻ ധൈര്യം വരില്ലായിരുന്നു.' പറഞ്ഞുതീർന്നതും തകർപ്പൻ കയ്യടി! വലിഞ്ഞുമുറുകിനിന്ന മുഖങ്ങൾ അയഞ്ഞുവിടർന്നു. മഞ്ഞുരുകി. പിന്നെ പ്രാരാബ്ധങ്ങളുടെ ഒരു അണപൊട്ടിയൊഴുക്ക് ആയിരുന്നു! പരാതികളുടെ പ്രളയം! കൂലി തരാൻ ഏർപ്പാടുണ്ടാക്കാം എന്നു പറഞ്ഞപ്പോൾ കൂട്ടായ പ്രതികരണം ഇതായിരുന്നു: 'ഞങ്ങൾ ബാങ്കിലേക്കില്ല. ആ സാറന്മാർക്കു ഞങ്ങളെ വേണ്ടാ. പോരാത്തതിന്, ഒരു ദിവസത്തെ പണിയും പോകും.'

അടുത്ത മൂന്നു ദിവസം ബാങ്ക് അവധിയാണ്. അതുകഴിഞ്ഞു പണം എത്തിക്കാം എന്നായി ഞാൻ. ആദ്യം മുറുമുറുപ്പ് ആയിരുന്നു പ്രതികരണം. ഓണത്തിനു വീട്ടിൽ പണം കൊണ്ടെത്തിച്ചതല്ലേ, മറന്നുപോയോ എന്നു ചോദിച്ചപ്പോൾ കുറേപ്പേർ കയ്യടിച്ചംഗീകരിച്ചു. അവരുടെ മുന്നിൽ വച്ചുതന്നെ സർക്കാർസെക്രട്ടറിമാരെയും കളക്ടറെയും എല്ലാം വിളിച്ച് ചൊവ്വാഴ്ചയോ ബുധനാഴ്ചയോ ട്രഷറിവഴി പണം നൽകാൻ ഏർപ്പാടുണ്ടാക്കി. ഇതേത്തുടർന്നു തൊഴിലാളികൾ രണ്ടാംദിവസം വൈകുന്നേരം പിരിഞ്ഞുപോയി.

24,000ന്റെ കേമത്തം പറയുന്നവർ മണ്ണിലിറങ്ങി പൊള്ളുന്ന യാഥാർത്ഥ്യം കാണണം. ചോറും കറിയും വച്ച് ഉണ്ണലും ഉറങ്ങലും മാത്രമല്ല

ജീവിതം. മനുഷ്യർക്കു വേറെയും നൂറുകൂട്ടം ആവശ്യങ്ങളുണ്ട്. അവ നിറവേറ്റാൻ ആഴ്ചയിലെ ഈ പിച്ചക്കാശുപോര. ദശലക്ഷ ക്കണക്കിനു പേർക്കു തൊഴിൽ നഷ്ടപ്പെട്ടു. കോടികൾക്കു വരുമാനം ഇല്ലാതായി. കല്യാണാദി ചടങ്ങുകൾ മാറ്റേണ്ടിവന്നു. അത്യാവശ്യങ്ങൾക്കുപോലും പണം ഇല്ലാത്ത അവസ്ഥ. ഈ വയ്യാവേലിമൂലം ചോറും കറിയും ഉണ്ടാക്കാൻപോലും കഴിയാത്തവർ എത്രയോ കോടി ജനങ്ങളാണ്

? *നോട്ടുനിരോധം വലിയ അഴിമതിയാണെന്നും ജുഡീഷ്യൽ അന്വേഷണം വേണമെന്നുമൊക്കെ താങ്കൾ ആവശ്യപ്പെട്ടതായി കണ്ടു. ഒരു ഔദ്യോഗികനടപടി എങ്ങനെയാണ് അഴിമതിയാകുന്നത്?*

നോട്ടുനിരോധത്തിനു പിന്നിൽ നടന്ന വലിയ അഴിമതിയുടെ ചിത്രമാണ് ഇപ്പോൾ വെളിപ്പെട്ടുകൊണ്ടിരിക്കുന്നത്. ഒന്നാമത്തെ തെളിവാണ് മോദിയുടെ നോട്ടുനിരോധത്തിനു മുമ്പ് കോൽക്കത്ത യിലടക്കം ബിജെപിയും അതിന്റെ നേതാക്കളും ലക്ഷങ്ങളും കോടികളും ബാങ്കുകളിൽ തിരക്കിട്ടു നിക്ഷേപിച്ചത്. നിരോധിക്കാൻ തീരുമാനിച്ചിരുന്ന കറൻസികളിൽ സൂക്ഷിച്ചിരുന്ന പണമാണ് ഇങ്ങനെ നിക്ഷേപിച്ചത്. കൃത്യമായ വിവരം കിട്ടാതെ ഇങ്ങനെയൊരു കാര്യം ചെയ്യാനാവില്ലല്ലോ. അപ്പോൾത്തന്നെ വ്യക്തമാണ്, മോഡി റ്റിവിയിൽ പറയുമ്പോഴല്ല ഇക്കാര്യം ആദ്യമായി പുറത്തറിയുന്നത് എന്നത്. അറിയേണ്ടവരൊക്കെ അറിഞ്ഞിരുന്നു. അവരെല്ലാം കള്ളപ്പണം വെളുപ്പിക്കുകയോ സുരക്ഷി തമായ നിക്ഷേപങ്ങളിലേക്കു മാറ്റുകയോ ചെയ്തിട്ടുമുണ്ടാകും. അതിനെ ല്ലാം ഒത്താശ ചെയ്തിട്ടു നടത്തിയ നോട്ടുനിരോധനം നാടകമല്ലെങ്കിൽ പിന്നെ എന്താണ്? മറ്റുള്ളവർ വിഡ്ഢികളാകുകയായിരുന്നു, അത്രതന്നെ.

രണ്ടാമത്തെ തെളിവ് രാജ്യത്തെ വാണിജ്യബാങ്കുകളിൽ നോട്ടുനിരോധത്തിനു തൊട്ടുമുമ്പുള്ള പാദത്തിൽ വൻതോതിൽ പണം നിക്ഷേപിക്കപ്പെട്ടതാണ്. രണ്ടാം പാദമായ ജൂലൈ-സെപ്റ്റംബർ മൂന്നുമാസത്തെ കണക്കാണു പറയുന്നത്. (ഒക്ടോബർ ഉൾപ്പെടുന്ന പാദത്തിലെ നിക്ഷേപത്തിന്റെ കണക്കുകൾ വരാനിരിക്കുന്നേയുള്ളൂ.) സ്റ്റേറ്റ് ബാങ്ക് ഓഫ് ഇൻഡ്യയിൽ മുൻപാദങ്ങളിലെ 1.3% നിക്ഷേപ വളർച്ചയെ അതിശയിച്ച് 4.3% വളർച്ചയാണ് രണ്ടാം പാദത്തിൽ ഉണ്ടായത്. പഞ്ചാബ് നാഷണൽ ബാങ്കിൽ 1.6 ഉം 0.8 ഉം 0.2 ഉം ആയി കുറഞ്ഞുവന്ന നിക്ഷേപവളർച്ച ഈ പാദത്തിൽ 3.8% ആയി. ബാങ്ക് ഓഫ് ഇൻഡ്യയിൽ നിക്ഷേപവളർച്ച് മുമ്പത്തെ മൂന്നു പാദത്തിലും കീഴോട്ടായിരുന്നു: 0.7 ൽ നിന്നു താണ് മൈനസ് 3 ഉം മൈനസ് 2.9 ഉം ആയി. എന്നാൽ രണ്ടാം പാദത്തിൽ 1.5 ശതമാനത്തിലേക്കു കുതിച്ചു! യൂണിയൻ ബാങ്കിൽ 1.2% ൽ നിന്ന് 6.7% ലേക്ക് ഒറ്റച്ചാട്ടമായിരുന്നു! ബാങ്ക് ഓഫ് ബറോഡയിലും കീഴോട്ടായിരുന്ന ഗ്രാഫ് മേലോട്ടുയർന്ന് 1%ൽ എത്തി.

എന്തു മാജിക്കാണ് വാണിജ്യബാങ്കുകളിലെല്ലാം ഇങ്ങനെയൊരു പ്രതിഭാസം സൃഷ്ടിച്ചത്? ഒരു സാമ്പത്തികശാസ്ത്രവിശദീകരണത്തിനും പഴുതു നൽകുന്ന ഒരു സംഭവവികാസവും ഈ കാലയളവിൽ സംഭവി ച്ചിട്ടില്ല. അപ്പോൾ ഇതിന് ഒറ്റ വിശദീകരണമേ കണ്ടെത്താനാകൂ. കറൻ

സികൾ നിരോധിക്കാൻ പോകുന്നു എന്ന് അറിവു കിട്ടിയ കള്ളപ്പണക്കാർ കറൻസി രൂപത്തിൽ സൂക്ഷിച്ചിരുന്ന പണമത്രയും വിവിധ അക്കൗണ്ടുകളിലായി ബാങ്കുകളിൽ തിരക്കിട്ടു നിക്ഷേപിച്ചു. കള്ളപ്പണം വെളുപ്പിക്കാൻ വ്യാജയക്കൗണ്ടുകൾ തുടങ്ങാൻ കേന്ദ്രസർക്കാരിന്റെതന്നെ നടപടികളിലൂടെ ബാങ്കുകൾക്ക് അവസരം ഒരുക്കിയതിനെയും ഈ അവസരം ഉപയോഗിച്ച് പുതുതലമുറബാങ്കുകൾ കള്ളപ്പണം വെളുപ്പിക്കാൻ ഒത്താശ ചെയ്യുന്ന രീതികൾ *കോബ്രാപോസ്റ്റ്* എന്ന മാദ്ധ്യമം സ്റ്റിങ് ഓപ്പറേഷനിലൂടെ വെളിച്ചത്തു കൊണ്ടുവന്നതിനെയും പറ്റി ഈ പുസ്തകത്തിൽ കള്ളപ്പണത്തെപ്പറ്റിയുള്ള അദ്ധ്യായത്തിൽ എഴുതിയത് ശ്രദ്ധിക്കുക. ആ പഴുതുകൾ കള്ളപ്പണക്കാർ വ്യാപകമായി ഉപയോഗപ്പെടുത്തിയാകണം ഈ നിക്ഷേപങ്ങൾ നടത്തിയത്.

അറിയേണ്ടവർ അറിഞ്ഞിരുന്നു എന്നതിന്റെ മൂന്നാമത്തെ തെളിവാണു ബിജെപി നേതാവും മുൻമന്ത്രിയുമായ ജനാർദ്ദനറെഡ്ഡിയുടെ മകളുടെയും ബിജെപി മുൻ ദേശീയാദ്ധ്യക്ഷനും കേന്ദ്രഗതാഗത മന്ത്രിയുമായ നിഥിൻ ഗഡ്ഗരിയുടെ മകളുടെയും ആഡംബരവിവാഹങ്ങൾ.

ആളുകൾ 2000 ഉം 4000 ഉം പോലും പിൻവലിക്കാനോ നിരോധിച്ച നോട്ടു മാറ്റാനോ ദിവസങ്ങൾ ക്യൂനിന്നു ക്ലേശിക്കുമ്പോൾ ഈ ബിജെപി നേതാക്കൾക്ക് എങ്ങനെ 500 കോടി രൂപവീതമൊക്കെ ചെലവഴിക്കാൻ കഴിഞ്ഞു!? ഈ തുകയത്രയും നിരോധമില്ലാത്ത നോട്ടുകളാക്കി ഒരുക്കിവയ്ക്കാൻ ഇവർക്കു കഴിഞ്ഞെങ്കിൽ അതും വിവരം ചോർത്തി നൽകിയതുകൊണ്ടല്ലേ? വെറുമൊരു ബിജെപി നേതാവും മുൻ മന്ത്രിയും മാത്രമല്ല റെഡ്ഡി, കള്ളപ്പണം സംബന്ധിച്ച ആരോപണത്തിനു വിധേയനായിട്ടുള്ള ഖനിരാജാവാണ്. അത്തരക്കാരൊക്കെ അറിഞ്ഞെങ്കിൽ, അവർക്കെല്ലാം നോട്ടുകൾ മാറ്റി ഉപയോഗിക്കാൻ കഴിഞ്ഞെങ്കിൽ പിന്നെ ആരുടെ കണ്ണിൽ പൊടിയിടാനാണീ ജനദ്രോഹം?

നാലാമത്തെ തെളിവ് മോദിയുടെ സംസ്ഥാനത്തുതന്നെ കൈക്കൂലി കൊടുക്കുന്നതിനിടെ പിടിയിലായ മൂന്നുലക്ഷത്തോളം രൂപയ്ക്കുള്ള പുതിയ രണ്ടായിരത്തിന്റെ നോട്ടുകൾ അടക്കം ആ സംസ്ഥാനത്തുനിന്നും മറ്റിടങ്ങളിൽനിന്നും പിടിക്കപ്പെട്ട കോടിക്കണക്കിനു രൂപയുടെ പുതിയ 2000 നോട്ടുകളാണ്. ധനനിയന്ത്രണത്തിനിടെ ആദ്യദിവസങ്ങളിൽത്തന്നെ ഇത്രയേറെ നോട്ട് ഇവർക്കൊക്കെ എങ്ങനെ കിട്ടി. നവംബർ എട്ടിനുശേഷംമാത്രം വെളിച്ചം കണ്ട 2000 രൂപയുടെ ലക്ഷണമൊത്ത കള്ളനോട്ട് നവംബർ 12 നുതന്നെ വിപണിയിൽ എത്തിയതിലും വലിയ ദുരൂഹതയുണ്ട്.

നരേന്ദ്രമോദിക്കെതിരെ ദില്ലിമുഖ്യമന്ത്രി അരവിന്ദ് കെജ്രിവാൾ ഉന്നയിച്ചിരിക്കുന്ന അഴിമതിയാരോപണവും നമുക്കുമുന്നിലുണ്ട്. അതിനെക്കാളെല്ലാം വലിയ അഴിമതിയാണ് ഈ നോട്ടുനിരോധത്തിലൂടെ നടത്തിയിരിക്കുന്നത്. കള്ളപ്പണം വെളുപ്പിക്കാൻ സഹായം ലഭിച്ച ഓരോ ആളും അതിലെ നല്ലൊരു പങ്കുവീതം വിവരം നൽകിയവർക്ക് നൽകിയിട്ടുണ്ടാകും. അതാണല്ലോ ഇത്തരം ഇടപാടിലെ ഡീൽ. വരാൻ

പോകുന്ന തെരഞ്ഞെടുപ്പുകൾക്ക് ഒഴുക്കാൻ വേണ്ട മുഴുവൻ പണവും അതിലപ്പുറവും ഇതിലൂടെ തരപ്പെടുത്തിയിട്ടുണ്ടാകുമെന്നു തീർച്ചയാണ്. തെരഞ്ഞെടുപ്പിലെ പ്രതിയോഗികളിൽനിന്നു വിവരം മറച്ചുവയ്ക്കുകവഴി അവരുടെ പക്കൽ കറൻസിരൂപത്തിൽ ഉണ്ടായിരുന്നിരിക്കാവുന്ന കള്ളപ്പണമത്രയും ആക്രിക്കടലാസാക്കി മാറ്റാമെന്ന ഇരട്ടനേട്ടവും ഈ അഴിമതിയിലൂടെ ബിജെപിക്കു ലക്ഷ്യമിട്ടു. (അതു വിജയിച്ചില്ല എന്ന് നിരോധിച്ച മുഴുവൻ നോട്ടും തിരിച്ചുവരുന്നതോടെ വ്യക്തമായി.) ഇതൊക്കെക്കൊണ്ട്, രാജ്യം കണ്ട ഏറ്റവും വലിയ അഴിമതിയാണിത് എന്നതിൽ സംശയമില്ല.

എന്തൊക്കെയാണീ രാജ്യത്തു നടക്കുന്നത്! ആരോ സമൂഹമാദ്ധ്യമത്തിൽ ചോദിച്ചതുപോലെ ഇൻഡ്യ ഒരു ബനാനാ റിപ്പബ്ലിക്കായി മാറിപ്പോയോ! പ്രതികരിക്കാൻ പോലും മറന്നുപോയ സമൂഹം. അതോ ചില ഭയങ്ങൾക്കു സ്വയം അടിയറ വച്ചിരിക്കുന്നോ?

? *മേൽപ്പറഞ്ഞ കാര്യങ്ങളിൽ പലതും ഊഹാപോഹങ്ങളാണ്. നോട്ടു റദ്ദാക്കൽ നടപടി നേരത്തെ ചോർന്നിരുന്നു എന്നതിനു രേഖാമൂലം വല്ല തെളുവും ഉണ്ടോ? നോട്ടുറദ്ദാക്കൽ നടപടി പരമരഹസ്യമായി സൂക്ഷിക്കാൻ കഴിഞ്ഞത് പ്രധാനമന്ത്രി മോഡിയുടെ ഭരണനിർവഹണശേഷിയുടെ അടയാളമായി പലരും കൊണ്ടാടുന്നുണ്ടല്ലോ.*

കഴിഞ്ഞ ദിവസം ഉണ്ടായ ഒരു വെളിപ്പെടുത്തൽ മറിച്ചൊരു ചിത്രമാണു നല്കുന്നത്. സ്റ്റേറ്റ് ബാങ്ക് ഓഫ് ഇന്ത്യയുടെ അർദ്ധ ഔദ്യോഗിക പ്രസിദ്ധീകരണമായ *എക്കോറാപ്പി*ന്റെ 2016 ഏപ്രിൽ 7ലെ ലക്കത്തിൽ വരാൻ പോകുന്ന ഡീമോണിറ്റേഷനെക്കുറിച്ച് 'Currency Increase and Demonetisation' എന്നൊരു ലേഖനംതന്നെ വന്നിരുന്നു. മാർച്ചുമാസത്തിൽ ഇന്ത്യയിലെ പൊതുജനങ്ങളുടെ കൈയിലുള്ള നോട്ടുകളുടെ എണ്ണത്തിൽ ക്രമാതീതമായ വർദ്ധനവുണ്ടായി. ഈ വർദ്ധനയുടെ പിന്നിലെ കാരണങ്ങളെക്കുറിച്ചാണ് ലേഖനം. ഇതിനു വരാൻപോകുന്ന പഞ്ചാബ്, യു.പി. തെരഞ്ഞെടുപ്പുകളുമായി ബന്ധമൊന്നുമില്ല എന്ന്, മുൻ തെരഞ്ഞെടുപ്പുകാലത്ത് പൊതുജനങ്ങളുടെ കൈവശമുണ്ടായ കറൻസി മാറ്റങ്ങളെ താരതമ്യപ്പെടുത്തിക്കൊണ്ടു സമർത്ഥിക്കുകയാണ് ലേഖനത്തിന്റെ ആദ്യഭാഗം. പിന്നെ എന്താണു കാരണം? ലേഖനത്തിൽനിന്ന് ഉദ്ധരിക്കട്ടെ:

'ഉയർന്ന മൂല്യമുള്ള അഞ്ഞൂറിന്റേയും ആയിരത്തിന്റേയും നോട്ടുകൾ റദ്ദാക്കപ്പെടാം എന്ന വാർത്ത കുറച്ച് നാളായി അന്തരീക്ഷത്തിലുണ്ട്. ഇതായിരിക്കാം പൊതുജനങ്ങളുടെ കൈയിലുള്ള നോട്ടിന്റെ വർദ്ധനയ്ക്കു ന്യായമായി തോന്നുന്ന കാരണം. ഇതിന്റെ യുക്തി എന്താണെന്നു വച്ചാൽ ജനങ്ങൾ ക്യാഷ് ബാങ്കിൽനിന്നു പുറത്തെടുത്ത് സ്വർണംപോലുള്ള ആസ്തികൾ വാങ്ങുകയാണ്. നോട്ട് റദ്ദാക്കപ്പെടുന്നത് അവർക്കു സൃഷ്ടിക്കുന്ന പ്രശ്നം കുറവായിരിക്കും. അതുകൊണ്ട് നോട്ട് റദ്ദാക്കാൻ പരിപാടിയുണ്ടെങ്കിൽ ഒരു കൃത്യം റോഡ് മാപ് സൃഷ്ടിക്കേണ്ടതുണ്ട് എന്നാണ് ഞങ്ങളുടെ പരിഗണനാർഹമായ കാഴ്ചപ്പാട്.'

ഈ ലേഖനത്തിൽ ഇന്ത്യയിലുള്ള നോട്ടുകളുടെ എണ്ണവും അവ റദ്ദാക്കിയാൽ അച്ചടിക്കാൻ വേണ്ടിവരുന്ന പ്രയാസങ്ങളും എടിഎമ്മിൽ വരുത്തേണ്ട മാറ്റങ്ങളുമെല്ലാം വിശദമായി പ്രതിപാദിക്കുന്നുണ്ട്. എന്നാൽ ദൗർഭാഗ്യവശാൽ ഈ മുൻകരുതലുകളൊന്നും എടുക്കുകയുണ്ടായില്ല. പൊടുന്നനെയുള്ള നോട്ട് റദ്ദാക്കൽ തെറ്റായ നടപടിയാണെന്നു മാത്ര മല്ല, നിർവഹണത്തിലെ അമ്പേ പരാജയത്തിന്റെ മാതൃകകൂടിയാണ്.

? *ആവശ്യക്കാർക്കു കൊടുക്കാൻ പണമില്ല. അതേസമയം പണക്കാരുടെ കയ്യിൽ വലിയ തുകയ്ക്കുള്ള പുതിയ നോട്ടുകൾ സുലഭം. ഇതെങ്ങനെ സംഭവിക്കുന്നു?*

ഇതും കൃത്യമായ അഴിമതിതന്നെ. നോട്ടുനിരോധത്തിനു മുമ്പേ വിവരം ചോർത്തി നൽകിയതുപോലെതന്നെ കള്ളപ്പണക്കാരെ അതു വെളുപ്പിക്കാൻ സഹായിച്ച മറ്റൊരു അഴിമതി. നോട്ടുനിരോധത്തിനു ശേഷം കർശനനിയന്ത്രണം ഉണ്ടായിരുന്ന കാലത്ത് ലക്ഷങ്ങളുടെയും കോടികളുടെയും 2000 രൂപാനോട്ടുകളാണു പലരിൽനിന്നും പിടിച്ചത്. ആദ്യത്തെ 40 ദിവസത്തിനകം 250–300 കോടി രൂപയുടെ നോട്ടുകളാണ് ഇങ്ങനെ പിടിച്ചത്. സെക്യൂരിറ്റി പ്രസിൽനിന്നു റിസർവ്വ് ബാങ്ക് എടുത്തു വാണിജ്യബാങ്കുകൾക്കു വിതരണം ചെയ്യുകയും അവർ അതു ക്യാഷ് ചെസ്റ്റുകൾ വഴി ശാഖകളിൽ എത്തിക്കുകയും ചെയ്യുന്ന നോട്ടുകൾ ചോരണമെങ്കിൽ ഇപ്പറഞ്ഞ കൈകളിൽനിന്നു മാത്രമേ പറ്റൂ. പുതിയ നോട്ടു വിതരണം ചെയ്യാൻ സർക്കാർ ചുമതലപ്പെടുത്തിയ തപാലോഫീസ്, റയിൽവേ കൗണ്ടർ എന്നിവവഴിയും നോട്ടു വലിയതോതിൽ ചോർന്നിട്ടുണ്ടാകാം. കള്ളപ്പണക്കാർക്കു നേരിട്ടോ കള്ളപ്പണം വെളുപ്പിക്കൽ മാഫിയയുടെ കമ്മീഷൻ ഏജന്റുമാർക്കോ ഇവർ നോട്ട് കൈമാറിയിരിക്കും. ഏതാനും റിസർവ്വ് ബാങ്ക് ഉദ്യോഗസ്ഥരും അൻപതിലേറെ വാണിജ്യബാങ്ക് ഉദ്യോഗസ്ഥരും അറസ്റ്റിലായത് ഇതിന്റെ തെളിവാണ്.

നോട്ടുനിരോധത്തിനുശേഷം 47 ലക്ഷം ജൻധൻ അക്കൗണ്ടുകൾ രാജ്യത്തു തുടങ്ങിയിട്ടുണ്ടത്രേ. ഇതിൽ പലതും കള്ളപ്പണമാഫിയ തുടങ്ങിച്ചതാകാം. അല്ലാത്തവയും ഉണ്ടാകാം. രണ്ടായാലും പാവപ്പെട്ട നിരവധി നിരക്ഷരഗ്രാമീണർ വേട്ടയാടപ്പെടും. ഒരാൾക്ക് ഒന്നിലേറെ അക്കൗണ്ടുകൾ ഒരു ബാങ്കിലോ പല ബാങ്കിലോ തുറക്കാൻ സഹായിച്ചും ഇല്ലാത്ത കമ്പനികലുടെയും പ്രവർത്തിക്കാത്ത കമ്പനികളുടെയുമൊക്കെ അക്കൗണ്ടുകൾ ഉപയോഗിച്ചുമെല്ലാം പണം മാറ്റാൻ ബാങ്കുകൾ സഹായിച്ചിട്ടുണ്ടെന്നു വ്യക്തം. ഒരാൾക്ക് ഒരു അക്കൗണ്ടിൽനിന്ന് 50 ദിവസത്തിനിടെ എട്ടുതവണ 24,000 രൂപവീതം പിൻവലിക്കാം. പത്ത് അക്കൗണ്ട് ഉണ്ടെങ്കിൽ 80 പിൻവലിക്കൽ. അപ്പോൾ 19ലക്ഷം രൂപ അയാൾക്കു കിട്ടും. സൂറത്തിൽ പിടിയിലായ ആൾക്ക് ഉണ്ടായിരുന്നത് 40 അക്കൗണ്ടുകളാണ്. ബംഗളൂരുവിൽ പിടിയിലായ വ്യവസായി ചെയ്തത് 70 ലക്ഷം രൂപയുടെ റദ്ദായ നോട്ടുകൾ കൊടുത്ത് 149 ഡിഡികൾ വാങ്ങുകയാണ്. അതുപിന്നെ പുതിയ നോട്ടാക്കി മാറ്റി. ചുരുക്കത്തിൽ

വിവിധ കേന്ദ്രസർക്കാർവകുപ്പുകളും റിസർവ്വ് ബാങ്കും ഇവരുടെയെല്ലാം വലംകൈകളായ ബാങ്കുകളും ആണ് ഈ അഴിമതിക്കും പിന്നിൽ.

? *നോട്ടുനിരോധത്തിന്റെ അൻപതാം ദിവസം പ്രധാനമന്ത്രി ചെയ്ത പ്രസംഗത്തിൽ നടപടിയുടെ നേട്ടമായി എന്താണു പറഞ്ഞത്?*

നിങ്ങളും കേട്ടതോ വായിച്ചതോ ആണല്ലോ. പ്രധാനമന്ത്രിയുടെ നവംബർ എട്ടിന്റെ പ്രസംഗം കേട്ട നിങ്ങൾ ഡിസംബർ 31 നു പ്രതീക്ഷിച്ചത് ഇതുപോലൊരു പ്രസംഗമാണോ? അന്നു മിന്നലാക്രമണത്തിന്റെ വീരസ്യമായിരുന്നു. എന്നാൽ അൻപതാംനാൾ വമ്പുപറച്ചിൽ ഉണ്ടായില്ല. ജനങ്ങളുടെ ദുരിതവർണ്ണനയിൽ ഒരു ശോകരാഗം. എങ്കിലും, തനിക്കു തെറ്റിപ്പോയി എന്നു പറഞ്ഞുകൂടല്ലോ! ഈ 50 ദിവസംകൊണ്ട് എന്തു നേടി? എത്രകോടി കള്ളപ്പണം പിടിച്ചു? തുടങ്ങിയ ചോദ്യങ്ങൾക്ക് ഉത്തരമൊന്നും പ്രധാനമന്ത്രി നൽകിയില്ല. അദ്ദേഹത്തിന്റെ പ്രസംഗം വീണ്ടും വീണ്ടും വായിച്ചപ്പോൾ കണ്ടെത്താൻ കഴിഞ്ഞ നേട്ടങ്ങൾ ഇവയൊക്കെയാണ്.

1) *കഴിഞ്ഞ 12 വർഷമായി അത്ര നിയമവിധേയമല്ലാത്ത കൈമാറ്റങ്ങൾക്കും സമാന്തരസമ്പദ്‌വ്യവസ്ഥയ്ക്കും ഉപയോഗിച്ചിരുന്ന 500 ന്റെയും 1000 ന്റെയും നോട്ടുകൾ ഇല്ലാതാക്കി:* എന്നാൽ, എത്ര ആലോചിച്ചിട്ടും 500 ന്റെയും 1000 ന്റെയും നോട്ടുകൾ മുഴുവൻ കള്ളപ്പണമാകുന്നത് എങ്ങനെയെന്നു മനസ്സിലായില്ല. പലവട്ടം കള്ളപ്പണത്തിന്റെ ആറു ശതമാനമേ നോട്ടുകൾ വരൂ എന്നാണല്ലോ ഔദ്യോഗികകണക്ക്. ഇത് എന്തുതന്നെയായാലും, നവംബർ എട്ടുമുതൽ ഞാൻ ചോദിച്ചുകൊണ്ടിരുന്ന ചോദ്യം, നോട്ട് റദ്ദാക്കാൻ മൂന്നു മാസത്തെ സാവകാശം കൊടുത്തുകൊണ്ട് ജനങ്ങളെ ഇത്രയ്ക്കു ബുദ്ധിമുട്ടിക്കാതെ ഇതേ ലക്ഷ്യം കൈവരിക്കാമായിരുന്നല്ലോ എന്നതായിരുന്നു. എന്തിനായിരുന്നു അർദ്ധരാത്രിയിൽ പൊടുന്നനെയുള്ള ഈ റദ്ദാക്കല്?

2) *ഭീകരത, നക്സലിസം, മാവോയിസം, കള്ളനോട്ട്, മയക്കുമരുന്നുവ്യാപാരം, മാംസക്കച്ചവടം എന്നിവയ്ക്കൊക്കെ നോട്ടുറദ്ദാക്കൽ തിരിച്ചടിയായി:* എത്ര നാളത്തേക്ക് എന്നുള്ളത് കാത്തിരുന്നുകാണാം. ഇവയെയെല്ലാം ഒരേ ഗണത്തിൽപ്പെടുത്തുന്നതു ശരിയാണോയെന്ന പ്രശ്നവുമുണ്ട്. ഇവരെ പിടിക്കാൻ നാട്ടിലെ ജനങ്ങളുടെ മുഴുവൻ പണം ബന്ദിയാക്കുന്നത് എത്ര അപഹാസ്യമാണ്.

3) *ഇത്ര കുറച്ചു സമയംകൊണ്ട് ഇന്ത്യൻ ബാങ്കിംഗ് വ്യവസ്ഥയ്ക്ക് ഇത്രയേറെ പണം ലഭിച്ച മറ്റൊരു സന്ദർഭത്തിനു ചരിത്രം സാക്ഷ്യം വഹിച്ചിട്ടില്ല:* ഇന്ന് വന്നിരിക്കുന്ന പണമെല്ലാം ബലം പ്രയോഗിച്ച് പിടിച്ചിട്ടിരിക്കുന്നതാണ്. നിയന്ത്രണങ്ങളെല്ലാം നീക്കിയാൽ അവയെല്ലാം പതിവുപോലെ തിരിച്ചുപോകും. നിയന്ത്രണങ്ങളാകട്ടെ ബാങ്കിലുള്ള വിശ്വാസം ഇടിക്കുകയേ ചെയ്തിട്ടുള്ളൂ. സത്യം പറഞ്ഞാൽ ബാങ്കുകൾ കൂടുതൽ ദുർബ്ബലമായിരിക്കുകയാണ്. ഈ ഭീമമായ ഡെപ്പോസിറ്റുകൾക്കെല്ലാം പലിശ നൽകണം. പുതിയ വായ്പകൾ നൽകാൻ കഴിയാത്ത

തിനാൽ അവയിൽനിന്നുള്ള പലിശ വരുമാനം കുത്തനെ ഇടിയുകയും ചെയ്തു. നിഷ്ക്രിയാസ്തികളും വർദ്ധിച്ചു.

അതുകൊണ്ട് മോഡി ഇനിയും വിശദീകരിക്കേണ്ടിയിരിക്കുന്നു, ജനങ്ങളുടെ ഇത്രയേറെ ദുരിതം അടിച്ചേൽപ്പിച്ചിട്ട് 50 ദിവസങ്ങൾകൊണ്ട് എന്തു നേടി?

നോട്ടുറദ്ദാക്കൽ സാമ്പത്തികശാസ്ത്ര നടപടിയല്ല, ഇത് ഒരുതരം സാമ്പത്തിക മന്ത്രവാദമാണ്. നോട്ട് റദ്ദാക്കലിന്റെ വിഡ്ഢിത്താനുഭവം ഉണ്ടായിട്ടും ഇപ്പോഴും മോഡിയുടെ ഡിസംബർ 31 പ്രസംഗത്തിലും സാമ്പത്തികവിദഗ്ദ്ധരുടെ കൈവിരുതല്ല കണ്ടത്. ഉദാഹരണത്തിന് ഈ വാചകങ്ങൾ വായിക്കുക. 'കാശില്ലാത്തതു പ്രയാസങ്ങൾ സൃഷ്ടിക്കും. പക്ഷേ, ആവശ്യത്തിലേറെ കാശുള്ളത് അതിനേക്കാളേറെ പ്രശ്നങ്ങളുണ്ടാക്കും. നമ്മുടെ ലക്ഷ്യം ഇവ രണ്ടും തമ്മിൽ ഒരു സന്തുലനാവസ്ഥ സൃഷ്ടിക്കലാണ്. കാശ് ഔപചാരികസമ്പദ്ഘടനയ്ക്ക് പുറത്താകുമ്പോൾ അതു തലവേദനയാകുമെന്ന് സാമ്പത്തിക ശാസ്ത്രജ്ഞരെല്ലാം സമ്മതിക്കുന്നുണ്ട്. അതേസമയം അതു മുഖ്യധാരയിൽ ചേരുമ്പോൾ വികസനത്തിന് അവസരം സൃഷ്ടിക്കുകയും ചെയ്യുന്നു'.

കാശിന്റെ സന്തുലനാവസ്ഥ സൃഷ്ടിക്കാൻ നോട്ടു റദ്ദാക്കിയ ലോകത്തെ ആദ്യത്തെ ഭരണാധികാരി മോഡിയായിരിക്കും! ഇതിനു നോട്ട് ഒന്നും റദ്ദാക്കേണ്ട. റിസർവ്വ് ബാങ്കിനോടു പറഞ്ഞാൽ മതി. അവർക്ക് ഇതിനു പല പോംവഴികളുണ്ട്. നോട്ട് അടിക്കുന്നതു കുറയ്ക്കാം; ബാങ്കുകൾ കാശായി സൂക്ഷിക്കേണ്ട തുക വർദ്ധിപ്പിക്കാം; സർക്കാർ ബോണ്ടുകളിൽ നിർബന്ധപൂർവ്വം നിക്ഷേപിക്കേണ്ട തുക മാറ്റാം ഇതൊക്കെയാണ് സാമ്പത്തികവിദഗ്ദ്ധർ ചെയ്യുക, അല്ലാതെ നോട്ട് റദ്ദാക്കലല്ല.

കള്ളപ്പണത്തെക്കുറിച്ചും വികലമായ ധാരണയാണു പ്രധാനമന്ത്രിക്കുള്ളത്. കള്ളപ്പണം നോട്ടിന്റെ രൂപത്തിൽ മാത്രമല്ല ഉള്ളത്. കള്ളപ്പണത്തിന്റെ ആറു ശതമാനം മാത്രമേ നോട്ടായിട്ടുള്ളൂ. എന്നു മാത്രമല്ല, കള്ളപ്പണ നോട്ടുകൾ ഔപചാരിക സാമ്പത്തികമേഖലയിലും പുറത്തുമായി നിരന്തരം മാറിമാറി സഞ്ചരിച്ചുകൊണ്ടിരിക്കും.

ഇന്നത്തെ യഥാർത്ഥപ്രശ്നം ആവശ്യത്തിലധികം നോട്ടുള്ളതല്ല, നോട്ടേ ഇല്ലാത്ത അവസ്ഥയാണ്. ഇതാവട്ടെ രൂക്ഷമായ സാമ്പത്തിക മുരടിപ്പു സൃഷ്ടിച്ചുകൊണ്ടിരിക്കുകയാണ്. തന്റെ നോട്ടുറദ്ദാക്കൽ നടപടി രാജ്യത്തെ സമ്പദ്ഘടനയെ 2008 ൽ ഉണ്ടായതുപോലെ ഒരു സാമ്പത്തികമാന്ദ്യഘട്ടത്തിൽ എത്തിച്ചിരിക്കുന്നു എന്ന ബോദ്ധ്യം അദ്ദേഹത്തിനില്ല. അതുകൊണ്ടുതന്നെ 2008 ൽ എന്നപോലെ ഒരു മാന്ദ്യവിരുദ്ധ പാക്കേജിനെക്കുറിച്ച് ഒരു പരാമർശം പോലും മോഡിയുടെ പ്രസംഗത്തിൽ ഇല്ല.

4

പ്രത്യാഘാതങ്ങൾ

? *‘75% ഗ്രാമീണജനങ്ങളെയും നോട്ടുറദ്ദാക്കൽ ബാധിച്ചിട്ടില്ല. ഒരു ഗ്രാമസമ്പദ്ഘടനയിൽ 80% ജനങ്ങളും 50ഓ 100ഓ രൂപകൊണ്ടാണു പ്രാദേശികകമ്പോളത്തിൽ പോയി ക്രയവിക്രയം നടത്തുക. കഷ്ടിച്ച് രണ്ടോ മൂന്നോ പേർ മാത്രമേ 500ന്റെയും 1000ന്റെയും വലിയ നോട്ട് ഉപയോഗിക്കൂ’ എന്നാണ് കേന്ദ്ര കൃഷിമന്ത്രി രാധ മോഹൻ സിംഗ് പറഞ്ഞത്. നോട്ട് റദ്ദാക്കൽ കാർഷികമേഖലയിൽ എന്തു പ്രത്യാഘാതം സൃഷ്ടിക്കും?*

2013 - 14 ഒഴിച്ചാൽ അഞ്ചുവർഷമായി കാർഷികമേഖല ഏതാണ്ട് ഒന്നര ശതമാനം വീതമാണു പ്രതിവർഷം വളർന്നുകൊണ്ടിരിക്കുന്നത്. 2016-17 ൽ ആദ്യപകുതിയിൽ നല്ല മഴ കിട്ടിയതുകൊണ്ട് ബമ്പർ വിളയാണു പ്രതീക്ഷിച്ചത്. എന്നാൽ അതെല്ലാം അസ്ഥാനത്തായി. ഖാരിഫ് കൊയ്ത്ത് കഴിഞ്ഞ വേളയിലാണ് നോട്ട് റദ്ദാക്കപ്പെട്ടത്. നോട്ട് ഇല്ലാത്തതുകൊണ്ട് കച്ചവടക്കാർ ധാന്യമെടുക്കുന്നില്ല. അതേസമയം റാബി വിളയുടെ വിതയ്ക്ക് നോട്ടുദാരിദ്ര്യം തിരിച്ചടിയായി. 4,200 രൂപയെങ്കിലും ഉണ്ടെങ്കിലേ ഒരേക്കറിൽ ഗോതമ്പു നടാനാകൂ.

പച്ചക്കറി, പഴവർഗ കൃഷിക്കാരുടെ സ്ഥിതിയാണ് ഏറ്റവും ദയനീയം. ഇവയുടെ വിപണി സ്തംഭിച്ചതോടെ വില കുത്തനെ ഇടിഞ്ഞു. ഒരു രൂപയ്ക്കും രണ്ടു രൂപയ്ക്കുമൊക്കെയാണ് കാബേജ്, തക്കാളി എല്ലാം വിറ്റുകൊണ്ടിരുന്നത്. യു.പി.യിലെ കൃഷിക്കാർ പച്ചക്കറി വിളവെടുക്കാതെ ട്രാക്ടർകൊണ്ട് ഉഴുത് വിള വളമാക്കിയതിന്റെ റിപ്പോർട്ടുകൾ വരുന്നു.

കേന്ദ്രമന്ത്രി രാധ മോഹൻ പറഞ്ഞതുപോലെയല്ല കാര്യങ്ങളുടെ കിടപ്പ്. ഇന്ത്യയിൽ 2015 ൽ ബാങ്ക് ബന്ധമില്ലാത്ത 5.6 ലക്ഷം കേന്ദ്രങ്ങളിൽ 5.5 ലക്ഷവും ഗ്രാമീണമേഖലയിലായിരുന്നു. ഇവരുടെ എണ്ണം ഏതാണ്ട് 63 കോടി വരും. കൃഷിക്കാർ 500 ന്റെയും 100 ന്റെയും നോട്ടുകളിലാണ്

തങ്ങളുടെ സമ്പാദ്യം സൂക്ഷിച്ചുവയ്ക്കുക. ബാങ്കും എടിഎമ്മും ഇന്റർനെറ്റ് സൗകര്യവുമൊന്നും ഇല്ലാത്ത ഈ ഗ്രാമീണമേഖലയിൽ 10 ഉം 20 ഉം കിലോമീറ്റർ നടന്നാലേ ബാങ്കിലെത്തൂ. അങ്ങനെ ഒരു ദിവസം ചെലവഴിച്ചെത്തിയാലും പരമാവധി മാറ്റിയെടുക്കാൻ പറ്റുന്നത് 2,000 രൂപയായിരുന്നുവല്ലോ. കാർഷികമേഖലയിലെ ഒരു പ്രധാന വായ്പാ സ്രോതസ്സ് സഹകരണസംഘങ്ങളായിരുന്നു. സഹകരണമേഖലയിലെ സ്തംഭനാവസ്ഥയും കാർഷികമേഖലയ്ക്കു വലിയ തിരിച്ചടിയായിട്ടുണ്ട്.

കാർഷികമേഖലയിലെ പ്രത്യാഘാതങ്ങളെക്കുറിച്ച് പ്രൊഫ. ആർ. റാംകുമാർ ഡിസംബർ 21ന്റെ *ഫ്രണ്ട് ലൈനിൽ* വിശദമായൊരു ലേഖനമെഴുതിയിട്ടുണ്ട്. റാബി വിളയുടെ വിളവിസ്തൃതിയിൽ ഇടിവുണ്ടായിട്ടില്ലെന്നുള്ള കേന്ദ്രസർക്കാരിന്റെ അവകാശവാദത്തെ വളത്തിന്റെയും കീടനാശിനിയുടെയുമെല്ലാം വില്പനക്കണക്കുവച്ചു ഖണ്ഡിക്കാനാണ് അദ്ദേഹം ഒരു പേജോളം ചെലവാക്കിയിട്ടുള്ളത്. ഇന്നിപ്പോൾ അതു സംബന്ധിച്ചു തർക്കം വേണ്ട. ഇന്ത്യൻ എക്സ്പ്രസ്സ് വളരെ വിശദമായ അന്വേഷണത്തിന്റെ അടിസ്ഥാനത്തിൽ കർണാടക, തമിഴ്നാട്, ആന്ധ്ര എന്നീ ദക്ഷിണേന്ത്യൻ സംസ്ഥാനങ്ങളിലെ വിളവിസ്തൃതിയിലുണ്ടായിട്ടുള്ള ഇടിവിന്റെ കണക്കു നല്കിയിട്ടുണ്ട്. കർണാടകത്തിൽ 2.04 ലക്ഷം ഹെക്ടറായിരുന്നു ടാർജറ്റ്. 2016 ഡിസംബർ 18 വരെ 0.33 ലക്ഷം ഹെക്ടർ അഥവാ 20 ശതമാനമേ വിതച്ചിട്ടുള്ളൂ. പയർവർഗങ്ങൾ കൃഷി ചെയ്യേണ്ടത് 1.4 ലക്ഷം ഹെക്ടറിലാണ്. വിതച്ചത് 0.22 ഹെക്ടർ മാത്രം. എണ്ണക്കുരുക്കൾ 54,000 ഹെക്ടറിൽ കൃഷി ചെയ്യേണ്ടിടത്ത് 3500 ഹെക്ടറാണ് കൃഷി ചെയ്തിട്ടുള്ളത്. ഇതുപോലെ ഓരോ വിളയും. തമിഴ്നാട്ടിൽ വാഴപ്പഴത്തിന്റെ വില 250–300 രൂപയുണ്ടായിരുന്നത് നോട്ട് റദ്ദാക്കലിനെ തുടർന്ന് 100 രൂപയിലും താണു. നിലവിലുള്ള വാഴത്തോട്ടങ്ങളുടെ കൃഷിപ്പണി ചെയ്യിക്കാൻ പണമില്ലാത്തതുകൊണ്ട് കാറ്റിൽ വാഴകൾ നശിക്കുമോ എന്ന ഭയത്തിലാണു കൃഷിക്കാർ. ആന്ധ്രയിൽ 7.29 ലക്ഷം ഹെക്ടറാണ് റാബി വിള. അതിൽ നെല്ലിന്റേത് 42 ശതമാനവും പരുക്കൻ ധാന്യങ്ങളുടേത് 64 ശതമാനവും പയറിന്റേത് 65 ശതമാനവും മാത്രമേ ഇത്തവണ വിതച്ചിട്ടുള്ളൂ. നോട്ട് റദ്ദാക്കൽ കാർഷികമേഖലയ്ക്കു കനത്ത തിരിച്ചടിയാവാൻ പോകുകയാണ്.

? *വ്യവസായമേഖലയിൽ എന്തു പ്രത്യാഘാതമാണ് നോട്ട് റദ്ദാക്കൽ സൃഷ്ടിച്ചിട്ടുള്ളത്? ഇക്കാര്യത്തിൽ ചെറുകിടവ്യവസായവും വൻകിട വ്യവസായവും തമ്മിൽ എന്തെങ്കിലും അന്തരം കാണാനാവുമോ?*

വ്യവസായോല്പന്നങ്ങളുടെ കമ്പോളം കറൻസിയില്ലാത്തതുകൊണ്ട് വലിയതോതിൽ ഇടിഞ്ഞിരിക്കുകയാണ്. ഇത് വ്യവസായോൽപ്പാദനത്തിനു തിരിച്ചടിയായിരിക്കുന്നു. ആഡംബരവസ്തുക്കളുടെ വില്പന കുറയേണ്ട ആവശ്യമില്ല. കാരണം ഡിജിറ്റൽ പണം ഉപയോഗിക്കുന്നവർ ഇവയുടെ ഉപഭോക്താക്കളിൽ ഗണ്യമായ പങ്കു വരും. എന്നാൽ മൊത്തത്തിലുള്ള പണഞെരുക്കം ഇവരെയും പിൻവലിപ്പിച്ചിരിക്കുകയാണ്. ഇരുചക്രനാലുചക്രവാഹനങ്ങളുടെ വില്പനയിൽ 10 ശതമാനം

ഇടിവുണ്ടായിട്ടുണ്ട്. മൊബൈൽ ഫോണുകളുടെ വില്പന 25 ശതമാനത്തോളം കുറഞ്ഞു. മെയ്ക്ക് ഇൻ ഇന്ത്യാ കാംപയിന്റെ ഏറ്റവും പ്രശംസിക്കപ്പെട്ട മാതൃകയാണ് ഫോസ് കോം. ഇവിടെ 50 ശതമാനം ആണ് മൊബൈൽ ഇടിഞ്ഞിട്ടുള്ളത്. ഇവർ 8000 തൊഴിലാളികളിൽ നാലിനൊന്നു പേരെ ലേഓഫ് ചെയ്തു. ഇതുപോലെ ലാവ തുടങ്ങിയ കമ്പനികളും തൊഴിലാളികളെ വെട്ടിക്കുറച്ചിരിക്കുകയാണ്.

കോർപ്പറേറ്റ് മേഖലയെ അപേക്ഷിച്ച് അസംഘടിതചെറുകിയ മേഖലയിലാണു വലിയ തകർച്ചയുണ്ടായിട്ടുള്ളത്. ചെറുകിട കുടിൽവ്യവസായ മേഖലയിൽ നോട്ടിന്റെ ഉപയോഗം വളരെ കൂടുതലാണ്. തൊഴിലാളികൾക്കു കൂലി കാശായി നല്കണം. അതിന് നോട്ടില്ല. ഉല്പന്നങ്ങൾ വിറ്റഴിക്കാൻ പറ്റാത്തത്കൊണ്ട് പ്രവർത്തമൂലധനം ഇല്ലാതാകുന്നു. ബാങ്കുകളിൽനിന്നു പിൻവലിക്കാവുന്ന തുകയുടെ പരിധിയും പ്രവർത്തനമൂലധനത്തെ ബാധിച്ചിട്ടുണ്ട്. ഇവയെല്ലാം മൂലം ഒട്ടേറെ സ്ഥാപനങ്ങൾ അടച്ചുപൂട്ടുകയാണ്. ഇവയിൽ പലതും പാപ്പരായി. നാളെ തുറക്കാൻ പറ്റാത്ത അവസ്ഥയിലേക്കും എത്താം. 2013-14 ലെ *എക്കണോമിക് സെൻസസ്* പ്രകാരം 83 ശതമാനം കാർഷികേതരസ്ഥാപനങ്ങളും അഞ്ചിൽത്താഴെപ്പേർ മാത്രം തൊഴിലെടുക്കുന്നവ ആണെന്ന് ഓർക്കുക.

വാണിജ്യമേഖലയിൽ മൂന്നുകോടി വ്യാപാരികളാണുള്ളത്. ഇവയിൽ മഹാഭൂരിപക്ഷവും ചെറുകിടസ്ഥാപനങ്ങളാണെന്നു പറയേണ്ടല്ലോ. നോട്ടുറദ്ദാക്കലിന്റെ ഫലമായി വ്യാപാരത്തിൽ വലിയ ഇടിവാണ് ഉണ്ടായിട്ടുള്ളത്. നവംബർ-ഡിസംബർ മാസങ്ങളിൽ 30-40 ശതമാനം വില്പന കുറഞ്ഞിട്ടുണ്ട്. ചരക്കുകൾ വാങ്ങാൻ നോട്ടില്ല എന്നതാണു പ്രശ്നം. കറൻസിക്ഷാമത്തിന്റെ പശ്ചാത്തലത്തിൽ നഗരപ്രദേശങ്ങളെങ്കിലും ഡിജിറ്റൽ പണത്തിലേക്ക് ഉപഭോക്താക്കൾ മാറുന്നുണ്ട്. ഇത്തരം സൗകര്യങ്ങൾ ഉപയോഗപ്പെടുത്താൻ വലിയ കടക്കാർക്കേ കഴിയൂ. ഇതിന്റെ ഫലമായി വ്യാപാരം കൂടുതൽ വൻകിടവ്യാപാരികളിൽ കേന്ദ്രീകൃതമായിത്തീരുകയാണ്.

? *മൊത്തത്തിൽ രാജ്യത്തെ സാമ്പത്തികവളർച്ചയിൽ എത്രമാത്രം തിരിച്ചടി ഇതുമൂലം ഉണ്ടാകും? എത്രകോടി രൂപയുടെ ഉല്പാദന നഷ്ടം ഉണ്ടാകും?*

ആവശ്യത്തിനു നോട്ടു തികയാതെവരുന്നത് രാജ്യത്തെ ഉല്പാദന വർദ്ധനയെ പ്രതികൂലമായി ബാധിക്കും. ഉല്പാദനം എത്രമാത്രം കുറയാം? വിശദമായ പഠനങ്ങൾ വരാൻപോകുന്നതേ ഉള്ളൂ. സമ്പദ്ഘടനയുടെ വളർച്ചയിൽ അരശതമാനം കുറവേ റിസർവ് ബാങ്ക് പ്രവചിച്ചിട്ടുള്ളൂ. പക്ഷേ ഇത് നിലവിലുള്ള സ്ഥിതിയുടെ ഗൗരവത്തെ വളരെ ലഘൂകരിച്ചു കാണുന്ന ഒരു മതിപ്പു കണക്കാണ് എന്നാണു പൊതുവിൽ കരുതുന്നത്. അതേസമയം AMBIT എന്ന ധനകാര്യ കൺസൾട്ടിങ് ഏജൻസിയുടെ പ്രവചനം ഞെട്ടിക്കുന്നതാണ്. 2016-17 ൽ 6.8 ശതമാനം വളർച്ചയാണ് അവർ ആദ്യം പ്രവചിച്ചിരുന്നത്. അത് 3.5 ശതമാനമായി

കുറയും. 2017-18 ലേക്കുള്ള അവരുടെ പ്രവചനം 7.3 ശതമാനം ആയിരുന്നു. അതവർ 5.8 ശതമാനമാക്കി കുറച്ചിരിക്കുന്നു. 2016-17ന്റെ അവസാനപാദം ഉല്പാദനം കേവലമായി കുറയും എന്നാണവരുടെ കണക്കുകൂട്ടൽ.

ഡോ. മൻമോഹൻ സിംഗ് രണ്ടു ശതമാനം വളർച്ചായിടിവാണു പ്രവചിക്കുന്നത്. ഏതായാലും 2016-17 ൽ സാമ്പത്തിക വളർച്ച 7.6 % ൽ നിന്ന് 5.6 - 6.6 % ലേക്ക് താഴും എന്ന് ഏതാണ്ട് തീർച്ചയായിട്ടുണ്ട്. ഒരു ശതമാനം സാമ്പത്തിക വളർച്ചയിൽ ഇടിവുണ്ടായാൽ തന്നെ 1.25 ലക്ഷം കോടി രൂപയുടെ ഉൽപ്പാദന നഷ്ടം ഉണ്ടാകും. 2016-17 ൽ 2.5 ലക്ഷം കോടി രൂപയുടെ ഉൽപ്പാദന നഷ്ടം രാജ്യത്തിന് മോഡിയുടെ തുഗ്ലക്കിയൻ പരിഷ്കാരം സൃഷ്ടിക്കും. പ്രതിവിധി എടുത്തില്ലെങ്കിൽ 2017-18 മാന്ദ്യം തുടരും.

ഓരോ ദിവസവും പുറത്തുവരുന്ന സൂചനകൾ മേൽപറഞ്ഞ നിഗമനത്തെ ശക്തിപ്പെടുത്തുന്നവയാണ്. കേന്ദ്ര സ്റ്റാറ്റിസ്റ്റിക്കൽ ഓർഗനൈസേഷന്റെ ഇന്നത്തെ കണക്ക് പ്രകാരം ഈ വർഷത്തെ ആദ്യ 6 മാസത്തെ സാമ്പത്തീക വളർച്ച 7.1 ശതമാനമാണ്. കഴിഞ്ഞ വർഷത്തെ 7.6 ശതമാനത്തിൽ നിന്ന് 0.5 ശതമാനം കുറവ്. ഇങ്ങനെ സമ്പദ്ഘടന മന്ദീ വിച്ച്കൊണ്ടിരുന്ന വേളയിൽ ആണ് ക്രയശേഷിയുടെ 86 ശതമാനം പൊടുന്നനെ ഇല്ലാണ്ടായത്. ഫലമോ?

ഉപഭോക്തൃ ഉൽപ്പന്നങ്ങളുടെ വിപണി ശോഷിച്ചു. ഇപ്പോൾ ഓട്ടോമൊബൈൽ, മൊബൈൽ ഫോൺ, ആഡംബര ഉപഭോക്തൃ ഉൽപ്പന്നങ്ങളുടെ ഉൽപ്പാദനം ചില കമ്പനികളിൽ മൂന്നിലൊന്ന് വരെ വെട്ടിക്കുറച്ചു. പ്രമുഖ കമ്പനികളുടെ മാനേജർമാരുടെ വാങ്ങൽ ആത്മവിശ്വാസ സൂചിക അൻപതിൽ താഴെയായി. ഇത് സമ്പദ്ഘടന ശോഷിക്കാൻ പോകുന്നു എന്നതിന്റെ സൂചനയായിട്ടാണ് വിലയിരുത്തപ്പെടുന്നത്. സെൻറർ ഫോർ മോണിറ്ററിംഗ് ഇന്ത്യൻ ഇക്കോണമി ഓരോ പാദത്തിലും ഇന്ത്യയിൽ കരാർ ആകുന്ന വൻകിട നിക്ഷേപങ്ങളുടെ പട്ടിക പ്രസിദ്ധീകരിക്കാറുണ്ട്. അതുപ്രകാരം മുൻപാദങ്ങളിൽ ലക്ഷം കോടി രൂപ നിക്ഷേപ വാഗ്ദാനങ്ങൾ ഉണ്ടായ സ്ഥാനത്ത് ഒക്ടോബർ ഡിസംബർ പാദത്തിലെത് ലക്ഷം കോടി രൂപയായി താഴ്ന്നു.

ബാങ്കുകൾ പണം കൊണ്ട് നിറഞ്ഞിരിക്കുകയാണ്. രണ്ടു മാസം കൊണ്ട് ജനങ്ങൾ ഏതാണ്ട് 15 ലക്ഷം കോടി രൂപയാണ് ഡിപ്പോസിറ്റായി ബാങ്കുകളിൽ നിക്ഷേപിച്ചത്. വായ്പയുടെ പലിശയും കുറഞ്ഞു. പക്ഷെ വായ്പ കൂടുന്നില്ല. മുൻവർഷത്തെ അപേക്ഷിച്ച് ഒക്ടോബർ - ഡിസംബറിൽ വായ്പകളിൽ അഞ്ച് ശതമാനം മാത്രമാണ് വർദ്ധന. ആഗോള മാന്ദ്യത്തിന്റെ വർഷമായ 2008 ൽ പോലും 10 ശതമാനം വായ്പ വർദ്ധന മുൻവർഷത്തെ അപേക്ഷിച്ചുണ്ടായി. പലിശ കുറച്ചാലും വായ്പയെടുത്ത് മുതൽ മുടക്കാൻ നിക്ഷേപകർ മടിക്കുകയാണ്. ഇതാണ് നോട്ടു റദ്ദാക്കൽ രാജ്യത്ത് സൃഷ്ടിച്ചിരിക്കുന്ന നിക്ഷേപ അന്തരീക്ഷം.

രൂപയ്ക്ക് ഉണ്ടായിക്കൊണ്ടിരിക്കുന്ന വിലയിടിവിന്റെ പ്രത്യാഘാത

ങ്ങൾ വേറെയാണ്. ധനികർ അവരുടെ നിക്ഷേപം ഡോളറിലേക്കു മാറ്റും. തന്മൂലം രാജ്യത്തിന്റെ വിദേശനാണ്യശേഖരം ശോഷിക്കും. ഇതു രൂപയുടെ മൂല്യത്തെ ശോഷിപ്പിക്കും. ഈ ധനകാര്യവർഷം അവസാനിക്കും മുമ്പ് രൂപയുടെ മൂല്യം ഡോളറിന് 75 രൂപയായി കുറയാനാണു സാദ്ധ്യത. വിദേശ ഇന്ത്യക്കാർ അവരുടെ സമ്പാദ്യം നാട്ടിലേക്ക് അയയ്ക്കാൻ മടിക്കും. എന്താണു സംഭവിച്ചുകൊണ്ടിരിക്കുന്നത് എന്നതിലെ അവ്യക്തതയും അനിശ്ചിതത്വവും ആണ് ഒരു കാരണം. രൂപയുടെ മൂല്യം ഇനിയും ഇടിയുമോ എന്നറിയാൻ കാത്തിരിക്കുക എന്നതും സ്വാഭാവികം. രൂപയുടെ മൂല്യശോഷണം വിലക്കയറ്റത്തിന് ഇടയാക്കാം. അങ്ങനെ വന്നാൽ മാന്ദ്യവും വിലക്കയറ്റവും ഒരുമിച്ചു വരുന്ന പ്രതിഭാസത്തിന് ഇന്ത്യ സാക്ഷ്യം വഹിച്ചേക്കാം.

? *ഇപ്പോഴത്തെ പ്രതിസന്ധി എത്രനാൾ തുടരും?*

ഇതിനുമുമ്പ് 1946 ലും 1977 ലും കറൻസിനോട്ടുകൾ അസാധുവാക്കിയ സാഹചര്യമല്ല ഇന്നുള്ളത്. കൂടുതൽ കൂടുതൽ സാധാരണക്കാർ 500 രൂപയുടെ കറൻസി നോട്ടുകൾ ഉപയോഗിക്കുന്നുണ്ട്. 1977 ലെ ഏതാണ്ട് 20 രൂപയുടെ മൂല്യം മാത്രമാണ് ഇപ്പോൾ 500 രൂപയ്ക്കുള്ളത്. ഇന്ത്യയിലുള്ള നോട്ടുകളുടെ മൂല്യത്തിന്റെ 86 ശതമാനവും എണ്ണത്തിന്റെ 24 ശതമാനവും 500, 1000 രൂപാനോട്ടുകളാണ്. ഇന്ത്യയിലാണെങ്കിൽ ദേശീയവരുമാനവും നോട്ടുകളുടെ മൂല്യവും തമ്മിലുള്ള അനുപാതം 12 ശതമാനം വരും. ഇതു മറ്റു സമാനരാജ്യങ്ങളുടെ നാലുമടങ്ങാണ്. അതുകൊണ്ടാണ് ഇന്നു സ്വീകരിച്ചിരിക്കുന്ന നടപടി ജനങ്ങൾക്കു വലിയ ബുദ്ധിമുട്ടു സൃഷ്ടിച്ചിരിക്കുന്നത്.

വിനിമയത്തിലിരുന്ന 86 ശതമാനം കറൻസി ഒറ്റയടിക്കു മരവിച്ചതു മൂലം ഉണ്ടായിരിക്കുന്ന ഇപ്പോഴത്തെ നില എത്രനാൾ തുടരും? തത്തുല്യമായതോതിൽ പകരം കറൻസി എത്തുന്നതുവരെ. അതിന് എത്ര സമയം എടുക്കും? നിരോധം നടപ്പിലാക്കിയതിന്റെ അടുത്തൊരു ദിവസം അരുൺ ജെയ്റ്റ്ലിയുമായി സംസാരിക്കുന്നതിനിടെ അദ്ദേഹംതന്നെ വെളിപ്പെടുത്തിയത്, ഓരോ നോട്ടിലും പലതരം അച്ചടികൾ ഉള്ളതിനാൽ ഒരു ബാച്ച് നോട്ട് അച്ചടിക്കാൻ ഇരുപത്തിയൊന്നു ദിവസം വേണമെന്നാണ്. എങ്കിൽ രണ്ടായിരം അടക്കം പത്തുപന്ത്രണ്ടുലക്ഷം കോടി രൂപയ്ക്കുള്ള നോട്ട് അടിക്കാൻ എത്ര സമയം വേണം? ഡിസംബറിലൊന്നും നോട്ട് അച്ചടിച്ചു തീരാൻപോകുന്നില്ല, ചുരുങ്ങിയത് ആറേഴുമാസം പിടിക്കും എന്ന് അന്നുതന്നെ ഞാൻ കണക്കുകൂട്ടി. ഇക്കാര്യം ഞാൻ ഫേസ്ബുക്കിൽ കുറിക്കുകയും ചെയ്തു.

എന്നാൽ നോട്ടുകൾ സുലഭമായി ലഭ്യമായാലും സാമ്പത്തിക മുരടിപ്പിൽ നിന്നും രാഷ്ട്രം മോചിതമാകണമെങ്കിൽ പിന്നെയും മാസങ്ങൾ പലത് എടുത്തെന്നു വരാം. നോട്ട് ഇല്ലാതിരുന്ന കാലത്ത് ഉപഭോഗം കുറഞ്ഞത് നിക്ഷേപത്തെ ഗണ്യമായി കുറയ്ക്കും. ഇത് തിരിച്ച് സാധാരണഗതിയിലാകാൻ കുറച്ചു നാളെടുത്തെന്നുവരാം. ഇതിനെയാണ് റിവേഴ്സ് ആക്സിലറേറ്റർ എന്നുപറയുന്നത്. അതുപോലെ തന്നെ

നിക്ഷേപത്തിൽ ഉണ്ടാകുന്ന ഇടിവ് തൊഴിലാളികളുടെ വരുമാനത്തെ മൂന്നോ നാലോ മടങ്ങ് പ്രതികൂലമായി ബാധിച്ചേക്കാം. ഇതിനെയാണ് റിവേഴ്സ് മൾട്ടിപ്ലയർ എന്നു പറയുന്നത്. ഈ ത്വരിത-ഗുണക ഘടകങ്ങളുടെ പ്രവർത്തനം എത്ര തീക്ഷണമാണെന്നതിനെ ആശ്രയി ച്ചിരിക്കും എത്ര പെട്ടെന്ന് സമ്പദ്ഘടന സാധാരണ ഗതിയിലാകുമെന്ന കാര്യം. ഇപ്പോൾ അത് നമുക്ക് കൃത്യമായി പ്രവചിക്കാനാവില്ല.

? *നോട്ടുനിരോധംകൊണ്ടു രാജ്യത്തിന്റെ സമ്പദ്ഘടന മെച്ചപ്പെടും എന്നാണല്ലോ കേന്ദ്രസർക്കാർ പറയുന്നത്. സാമ്പത്തികശാസ്ത്ര സിദ്ധാന്തം അനുസരിച്ച് ഈ വാദം എത്രത്തോളം വസ്തുതയു ള്ളതാണ്?*

അരുൺ ജെയ്റ്റ്ലിയും സർക്കാരിന്റെ വിദഗ്ദ്ധരും പറയുന്നത് ഇപ്പോ ഴത്തെ പ്രതിസന്ധിയും ദുരിതവും വളരെ താൽക്കാലികമായ പ്രതിഭാസം മാത്രം ആയിരിക്കുമന്നാണ്. അവരുടെ വാദം ഇങ്ങനെയാണ്: പലിശ നിരക്കു ഗണ്യമായി കുറയും. അധികം താമസിയാതെ സുലഭമായ വായ്പകളും ലഭ്യമാകും. വിലകളും താഴും. ഈ പശ്ചാത്തലത്തിൽ വ്യവ സായികളുംമറ്റും വലിയതോതിൽ മുതൽ മുടക്കാൻ തയ്യാറാകും. ഇന്ന് ഇപ്പോൾ കള്ളപ്പണമേഖലയിൽ നടക്കുന്ന ഇടപാടുകളെല്ലാം വെളിച്ച ത്തു നടത്തേണ്ടിവരും. ഇതും വളർച്ചയ്ക്ക് ഊർജ്ജം പകരും. അങ്ങനെ ഒരു സാമ്പത്തികക്കുതിപ്പിന് ഈ നടപടി കളമൊരുക്കും.

സിദ്ധാന്തപ്രകാരമുള്ള ഈ സാദ്ധ്യതകളെല്ലാം സിദ്ധാന്തപരമായി ശരിയാണ്. പക്ഷേ, ആദ്യനാല്പതുദിവസത്തെ സൂചനകൾ എന്താണു വ്യക്തമാക്കുന്നത്? പലിശനിരക്കു കുറയ്ക്കാനുള്ള സാഹചര്യമല്ല രാജ്യത്തു വികസിച്ചുവന്നത് എന്നു മനസിലാക്കി റിസർവ്വ് ബാങ്ക് അതു കുറയ്ക്കേണ്ടെന്നു തീരുമാനിച്ചിരിക്കുന്നു. അപ്പോൾ, അതും അതുമായി ബന്ധപ്പെട്ട പ്രതീക്ഷകളും വ്യാമോഹങ്ങളാണെന്നു വ്യക്തമായി.

വാസ്തവത്തിൽ ഈ ധനകാര്യവർഷവും അടുത്ത ധനകാര്യവർ ഷവും പോക്കാണെന്നു തീർച്ചയായിക്കഴിഞ്ഞു. കേവലമായി ഉൽപ്പാദനം കുറയുന്ന ഒരു സ്ഥിതിവിശേഷം ഉണ്ടാകുമെന്നാണ് എല്ലാ ഏജൻസി കളും വിദഗ്ദ്ധരും വ്യക്തമാക്കുന്നത്. അങ്ങനെയാണെങ്കിൽ അതു നിക്ഷേപകരുടെ ആവേശം തണുപ്പിക്കും. പലിശ കുറഞ്ഞാൽപ്പോലും അവർ കളത്തിൽ ഇറങ്ങണമെന്നില്ല. ജപ്പാനിൽ ഒരു ദശാബ്ദത്തിലേ റെയായി സംഭവിക്കുന്നത് ഇതാണ്. പലിശ പൂജ്യത്തിൽ താഴെയാണ്. പക്ഷേ നിക്ഷേപവർദ്ധന ഉണ്ടാകുന്നില്ല. മറ്റൊരു അപകടംകൂടി ഉണ്ട്. രൂപയുടെ മൂല്യം കൂപ്പുകുത്താം. ഇപ്പോൾത്തന്നെ ഡോളറിന് 68 രൂപകഴിഞ്ഞു. വലിയ പണക്കാർ തങ്ങളുടെ സമ്പാദ്യം കുറച്ചുനാളത്തേ ക്കെങ്കിലും ഡോളറിൽ സൂക്ഷിക്കാനാകും താൽപ്പര്യപ്പെടുക. അതു കൊണ്ട് സാമ്പത്തികക്കുതിപ്പിനെക്കുറിച്ചൊന്നും അത്ര ഉറപ്പിക്കാനാവില്ല.

? *നോട്ടുനിരോധം സർക്കാരിന്റെ സാമ്പത്തികനില ഭദ്രമാക്കാൻ സഹായിക്കുമെന്നു കരുതുന്നവർ ഉണ്ടല്ലോ. ഇല്ലാതാകുന്ന കള്ള*

പ്പണം സർക്കാരിനു മുതൽക്കൂട്ടാൻ ആകുമെന്നും ക്ഷേമപ്രവർത്തനങ്ങൾക്കു മാത്രമല്ല പൊതുനിക്ഷേപത്തിലും കുതിച്ചുചാട്ടം നേടാൻ കഴിയുമെന്നുമുള്ള വാദത്തിന് എന്തെങ്കിലും അടിസ്ഥാനമുണ്ടോ?

റദ്ദാക്കിയ നോട്ടിൽ 34 ലക്ഷംകോടിരൂപയുടെ കറൻസിയെങ്കിലും സർക്കാരിന്റെ കർശനനിലപാടുമൂലം ഡിസംബർ 30 നകം ബാങ്കുകളിൽ തിരിച്ചെത്താതിരിക്കും എന്നായിരുന്നു അരുൺ ജെയ്റ്റ്ലിയുടെ വിലയിരുത്തൽ. റിസർവ്വ് ബാങ്കിന്റെ ബാലൻസ്ഷീറ്റിൽ നോട്ടുകളെല്ലാം ബാദ്ധ്യതയായിട്ടാണു കണക്കെഴുതപ്പെടുക. നാലുലക്ഷംകോടിയുടെ ബാദ്ധ്യത റിസർവ്വ് ബാങ്കിന്റെ ബാലൻസ്ഷീറ്റിൽ ഇല്ലാതാകുമ്പോൾ ബാങ്കിന്റെ റിസർവ്വിൽ അത്രയും വർദ്ധനവരും. ഇതുമൂലം ലാഭം അതേതോതിൽ ഉയരും. ഇതു കേന്ദ്രസർക്കാരിനു വേണമെങ്കിൽ ഡിവിഡൻഡായി വാങ്ങാം. കേന്ദ്രസർക്കാരിന്റെ കമ്മി അതോടെ ഇല്ലാതാകും. ശക്തമായി സമ്പദ്ഘടനയിൽ ഇടപെടാനുള്ള കരുത്തു നേടും. ഇതാണു വാദം.

എന്നാൽ ഇതൊരു ദിവാസ്വപ്നമാണെന്നു വ്യക്തമായിക്കഴിഞ്ഞു. കള്ളപ്പണമെല്ലാം ബാങ്കുകളിലേക്കു തിരിച്ചുവരുന്ന സ്ഥിതിയാണ്. ആംനെസ്റ്റി സ്കീമിൽ സ്വയം കള്ളപ്പണം വെളിപ്പെടുത്തുന്നവരുടെ പക്കൽനിന്നു ലഭിക്കുന്ന നികുതിയും പിഴയുമെല്ലാമടക്കം ഏതാണ്ട് ഒരു ലക്ഷം കോടി രൂപ കേന്ദ്രസർക്കാരിനു കിട്ടിയേക്കാം. പക്ഷേ അതേസമയം, രാജ്യത്തുണ്ടാകാൻപോകുന്ന നഷ്ടം ഏതാണ്ട് 2-3 ലക്ഷം കോടി രൂപയായിരിക്കും എന്നു നാം കണ്ടു. നോട്ടിന്റെ അച്ചടിക്കും കടത്തുകൂലിക്കും എല്ലാമായി പതിനായിരക്കണക്കിന് കോടി രൂപ വേണ്ടി വരും. അതേ സമയം കേന്ദ്രസർക്കാരിന്റെ നികുതിവരുമാനത്തിലും ഗണ്യമായ കുറവുണ്ടാകും എന്നാണ് ഇപ്പോഴത്തെ സൂചനകൾ. കേന്ദ്രസർക്കാരിന്റെ 2016-17ലെ ബജറ്റിലെ മതിപ്പുകണക്കിന്റെ 80 ശതമാനവും റവന്യൂ കമ്മിയുടെ 90 ശതമാനവും ഒക്ടോബറിൽ എത്തിക്കഴിഞ്ഞു. നവംബർ മുതലുള്ള മാസങ്ങളിൽ കേന്ദ്രസർക്കാരിന്റെ നികുതിവരുമാനം ഇടിയുമെന്നതു തീർച്ചയാണ്. ഫലത്തിൽ സമ്പദ്ഘടനയിൽ ശക്തമായി ഇടപെടുന്നതിനുള്ള കേന്ദ്രസർക്കാരിന്റെ കഴിവിനെ നോട്ടുറദ്ദാക്കൽ നടപടി ദുർബലപ്പെടുത്തും. ഇത് ഉരുണ്ടുകൂടിക്കൊണ്ടിരിക്കുന്ന സാമ്പത്തികമാന്ദ്യത്തിന് ആക്കം കൂട്ടും.

? *നോട്ടുനിരോധം ബാങ്കുകളെ സഹായിക്കാനാണെന്നൊരു വാദം കേട്ടു. നിരോധിച്ച നോട്ടുകൾ എല്ലാവരും ബാങ്കിൽ നിക്ഷേപിക്കുകയും അതിൽ ആഴ്ചയിൽ 24,000 രൂപവീതം മാത്രം തിരികെ നൽകുകയും ചെയ്യുമ്പോൾ ബാങ്കുകൾക്കു വലിയതോതിൽ നിക്ഷേപം കിട്ടുകയല്ലേ? ഇതു ബാങ്കുകൾക്കു ഗുണമല്ലേ?*

ബാങ്കുകളുടെ പണമെല്ലാം കോർപ്പറേറ്റ് കള്ളപ്പണക്കാർ വാരിക്കോരി കൊണ്ടുപോയി. റിസർവ്വ് ബാങ്കിന്റെ 2016 ലെ അസറ്റ് ക്വാളിറ്റി റിവ്യൂ പ്രകാരം 8.5 ലക്ഷം കോടി രൂപ കിട്ടാക്കടമാണ്. ഇതിൽ

7 ലക്ഷം കോടി രൂപ ഇന്ത്യയിലെ 10 പ്രമുഖ കുത്തക കുടുംബങ്ങളുടേ താണത്രേ. 2014-15 ൽ 1.12 ലക്ഷം കോടി രൂപ എഴുതിത്തള്ളിയശേഷമുള്ള സ്ഥിതിയാണിത് ഇതെന്ന് ഓർക്കുക. അതേ സമയം ഇന്ത്യയിലെ സാധാരണക്കാരുടെ പണമെല്ലാം മോഡി സർക്കാർ രണ്ടു മാസമായി ബാങ്ക് അറകളിൽ തടവിലാക്കിയിരിക്കുകയാണ്.

മേൽപ്പറഞ്ഞ സ്ഥിതിവിശേഷത്തിന് 2008 ലെ ആഗോള സാമ്പത്തിക തകർച്ചയ്ക്കു ശേഷം ബാങ്കുകളെ ഭാവിതകർച്ചയിൽ നിന്നും രക്ഷിക്കുന്നതിനു വേണ്ടിയുള്ള ചർച്ചകളിൽ നിന്ന് ഉരുത്തിരിഞ്ഞുവന്ന തന്ത്രവുമായി സാമ്യമുണ്ട്. ഭീമൻ ബാങ്കുകളുടെ കടബാധ്യത മുഴുവൻ സർക്കാർ ഏറ്റെടുക്കുകയാണല്ലോ ചെയ്തത്. ഇതിനെയാണ് ബെയിൽഔട്ട് എന്നു പറയുന്നത്. ഇതുമൂലം സാധാരണ ഇടപാടുകാർക്ക് ബാങ്കുകളിൽ വിശ്വാസം വർദ്ധിക്കുകയും തങ്ങളുടെ പണം പിൻവലിക്കുവാൻ തിരക്ക് കൂട്ടിയില്ല. എന്നാൽ കടഭാരംമൂലം സർക്കാരുകളുടെ നട്ടെല്ലൊടിഞ്ഞു. അതുകൊണ്ട് സാമ്പത്തിക വിദഗ്ദ്ധർ ബെയിൽഔട്ട് അല്ല ഇനിമേൽ വേണ്ടത് ബെയിൽഇൻ ആണ് വേണ്ടത് എന്നു വാദിക്കുവാൻ തുടങ്ങി. അതായത് കിട്ടാക്കടം സർക്കാരുകൾ ഏറ്റെടുക്കുന്നതിനു പകരം സാധാരണക്കാർ തങ്ങളുടെ പണം പിൻവലിക്കുന്നത് നിയന്ത്രിക്കുക. 2013 സൈപ്രസിലാണ് ഇത്തരമൊരു പരീക്ഷണം നടത്തി നോക്കിയത്. ലക്ഷ്യം നേടുകയും ചെയ്തു.

ഇന്ത്യയിലെ ബിജെപി സർക്കാർ ജി20 യിലും മറ്റും നടന്ന ചർച്ചകളുടെ തുടർച്ചയായി ബാങ്കുകളുടെ ധനകാര്യ സുസ്ഥിരത സംബന്ധിച്ച് ഒരു നിയമം തന്നെ തയ്യാറാക്കി. ഇതുപ്രകാരം ഏതെങ്കിലും ബാങ്ക് പൊളിയുന്നതിനുള്ള സാധ്യതയുണ്ടെങ്കിൽ അവയെ മറ്റു ധനകാര്യ സ്ഥാപനങ്ങളിൽ ലയിപ്പിക്കാം. അല്ലെങ്കിൽ ഡെപ്പോസിറ്റുകൾ പിൻവലിക്കുന്നതിന് കർശന നിയന്ത്രണം ഏർപ്പെടുത്താം. ഏതായാലും ഇപ്പോൾ അടിച്ചേൽപ്പിച്ചിരിക്കുന്നതിനേക്കാൾ കൂടുതൽ നിയന്ത്രണം പൗരൻമാരുടെ ഡെപ്പോസിറ്റുകൾക്കുമേൽ ചുമത്തുവാൻ ആകില്ലല്ലോ. രണ്ടു മാസം കഴിഞ്ഞിട്ടും ആഴ്ചയിൽ പരമാവധി 24,000 രൂപയേ കാശായി പിൻവലിക്കാൻ കഴിയൂ. ഒരു നിയോലിബറൽ പരീക്ഷണത്തിന് ഇന്ത്യൻ ജനതയെ മോഡി ഗിനിയാ പിക്ഷുകളാക്കിയിരിക്കുകയാണ്.

പക്ഷേ ഇതുകൊണ്ടൊന്നും ഇന്ത്യയിലെ ബാങ്കുകളുടെ സ്ഥിതി മെച്ചപ്പെടാൻ പോകുന്നില്ല. ഇപ്പോൾ ബാങ്കിൽ വന്നിരിക്കുന്ന 14 ലക്ഷംകോടിരൂപ ഡെപ്പോസിറ്റ് താല്ക്കാലികപ്രതിഭാസം മാത്രമാണ്. കറൻസിക്ഷാമം ഇല്ലാതാകുന്ന മുറയ്ക്ക് ഈ ഡെപ്പോസിറ്റ് പിൻവലിക്കപ്പെടും. അതുകൊണ്ട് ഇന്നുണ്ടായിരിക്കുന്ന അഭൂതപൂർവമായ ഡെപ്പോസിറ്റ് വർദ്ധന ബാങ്കുകളെ രക്ഷിക്കാൻ പോകുന്നില്ല. മാത്രമല്ല, കറൻസിക്ഷാമംമൂലം വായ്പാതിരിച്ചടവ് കുറയുന്നതുകൊണ്ട് നിഷ്ക്രിയാസ്തി വർദ്ധിക്കും. നോട്ടുമാറ്റിക്കൊടുപ്പും ഡെപ്പോസിറ്റ് സ്വീകരിക്കലും 24,000 വീതമുള്ള പിൻവലിക്കലും മഷിപുരട്ടലും എല്ലാം കാരണം രണ്ടുമാസമായി പുതിയ വായ്പകൾ നൽകാൻ കഴിയാത്തതുകൊണ്ട് അവയ്ക്കു കിട്ടേണ്ട പലിശവരുമാനവും കുറയും. മൊത്തത്തിൽ ഇത് ബാങ്കുകൾക്കും സുവർണ്ണകാലമല്ല, കഷ്ടകാലമാണ്.

5

കേരളം

? *മറ്റു സംസ്ഥാനങ്ങളെ അപേക്ഷിച്ച് കേരളത്തിൽ കൂടുതൽ ബാങ്കിങ് ബന്ധങ്ങളുണ്ട്. ഡിജിറ്റൽപ്പണവും കൂടുതൽ ഉപയോഗിക്കുന്നു. എന്നിട്ടും പല സംസ്ഥാനങ്ങളെയും അപേക്ഷിച്ചു കേരളത്തിൽ കൂടുതൽ പ്രതിസന്ധി നേരിടേണ്ടിവന്നു?*

പ്രതിസന്ധി താരതമ്യേന കൂടുതൽ ബാധിച്ച ഒരു സംസ്ഥാനം കേരളമാണ്. മറ്റിടങ്ങളെ അപേക്ഷിച്ചു ക്രെഡിറ്റ്, ഡെബിറ്റ് കാർഡുകളും ഇബാങ്കിങ്ങുമൊക്കെ കൂടുതൽ ഉപയോഗിക്കുന്ന സ്ഥലമായിട്ടും ഇവിടെയും കഷ്ടപ്പാടുകൾക്കു കുറവൊന്നും ഉണ്ടായില്ല. കേരളസമ്പദ്ഘടനയുടെ ചില സവിശേഷതകളെ പ്രത്യേകം പരിഗണിക്കേണ്ടതുണ്ട്. ആദ്യം മനസ്സിലാക്കേണ്ടത് കേരളം ഇന്ത്യയിൽ ഏറ്റവും വാണിജ്യവത്കരിക്കപ്പെട്ട സംസ്ഥാനം ആണെന്നതാണ്. സംസ്ഥാനത്തെ ഉല്പാദനത്തിന്റെ 95 ശതമാനവും വിപണിക്കു വേണ്ടിയാണ്; അതുപോലെതന്നെ ഉപഭോഗത്തിന്റേയും. ഡിജിറ്റൽ പണം താരതമ്യേന കൂടുതൽ ഉണ്ടെങ്കിലും ഇന്നും പണമിടപാടുകൾക്കാണു പ്രാമുഖ്യം. കേരളത്തിന്റെ മുഖ്യ വളർച്ചാസ്രോതസുകൾ ചില്ലറവ്യാപാരം, ഹോട്ടൽ, ചരക്കുകടത്ത്, കെട്ടിടനിർമ്മാണം എന്നിവയാണ്. മൊത്തം സമ്പദ്ഘടനയുടെ 55 ശതമാനം വരുമിത്. ഈ മേഖലകൾ പണമിടപാടുകൾക്കു പ്രാമുഖ്യമുള്ളവയാണ്. അതുപോലെ തന്നെയാണ് കേരളത്തിലെ ചെറുകിടപരമ്പരാഗതമേഖലകളും കാർഷികമേഖലയും. ഈ പ്രാഥമികമേഖലകളുടെ സമ്പദ്ഘടനയിലെ വിഹിതം 16 ശതമാനം വരും. അങ്ങനെ 70 ശതമാനം സാമ്പത്തികരംഗവും വളരെ പണസാന്ദ്രമാണ്.

രാജ്യത്തെ ഏറ്റവും ശക്തമായ ബാങ്കിംഗ്/ഔപചാരിക പണശൃംഖല കേരളത്തിലാണെന്നത് ശരിയാണ്. പക്ഷേ മറ്റു സംസ്ഥാനങ്ങളെ അപേക്ഷിച്ച് വാണിജ്യബാങ്കുകളുടെ പ്രാധാന്യം കേരളത്തിൽ കുറ

വാണ്. കേരളത്തിൽ വാണിജ്യബാങ്കുകൾക്കൊപ്പം സുപ്രധാനസ്ഥാനം സഹകരണബാങ്കുകൾക്കുണ്ട്. സഹകരണബാങ്കുകളെക്കുറിച്ചു വിശദമായി അടുത്ത അദ്ധ്യായത്തിൽ പ്രതിപാദിക്കുന്നുണ്ട്. ഒരു കാര്യം മാത്രം ഇവിടെ ചൂണ്ടിക്കാണിക്കട്ടെ. 7,000 ബ്രാഞ്ചുകളിൽ മൂന്നിലൊന്നിലേറെ സഹകരണമേഖലയുടേതാണ്. കേരള സമ്പദ്ഘടനയിൽ നോട്ടുനിരോധത്തിന്റെ പ്രത്യാഘാതം പഠിക്കാൻ സംസ്ഥാനസർക്കാർ രൂപവത്ക്കരിച്ച സി.പി. ചന്ദ്രശേഖരൻ കമ്മറ്റിയുടെ റിപ്പോർട്ട് പ്രകാരം കേരളത്തിലെ ഡെപ്പോസിറ്റുകളുടെ 60 ശതമാനവും സഹകരണമേഖലയുടേതാണ്. അഖിലേന്ത്യാതലത്തിൽ ഈ തുക 20 ശതമാനം മാത്രമാണ്. ഈ സഹകരണമേഖലയെ കേന്ദ്രസർക്കാരിന്റെ നയം തകർത്തതാണ് കേരളത്തിന്റെ പ്രതിസന്ധി ഇത്ര രൂക്ഷമാകാൻ കാരണം.

മറ്റു സംസ്ഥാനങ്ങളെ അപേക്ഷിച്ചു നോൺബാങ്കിംഗ് ഫിനാൻഷ്യൽ കമ്പനികൾക്ക് ഇവിടെ കൂടുതൽ പ്രാധാന്യമുണ്ട്. കേരളം ആസ്ഥാനമാക്കിയുള്ള ബാങ്കിതരകമ്പനികൾക്ക് 4236 ബ്രാഞ്ചുകളുണ്ട്. ഇവയ്ക്ക് 1.4 കോടി വായ്പാഅക്കൗണ്ടുകളും അഞ്ചു കോടി രൂപയുടെ ഔട്ട്സ്റ്റാൻഡിങ് വായ്പയുമുണ്ട്. സംസ്ഥാനസർക്കാരിന്റെ കെഎസ്എഫ്ഇ. മാത്രം 15,000 ചിട്ടികളും സഹകരണസംഘങ്ങൾ 35,000 പ്രതിമാസ ഡെപ്പോസിറ്റ് സ്കീമുകളും നടത്തുന്നു. ഇതിനെല്ലാം പുറമെ രണ്ടുലക്ഷത്തിൽപരം കുടുംബശ്രീയും സ്വയംസഹായസംഘങ്ങളും ഉണ്ട്. ഇവയുടെ പണമിടപാട് 2000 കോടിയിലേറെ വരും. ഈ ബാങ്കിതര മേഖലകളും നോട്ടുറദ്ദാക്കലിനെ തുടർന്നു നിശ്ചലമായി. കേന്ദ്രസർക്കാരിന്റെ തെറ്റായ നിലപാടുകളാണ് കേരളത്തിലെ പ്രതിസന്ധി കൂടുതൽ രൂക്ഷമാക്കിയത്.

? *മുകളിൽ വിവരിച്ച ധനകാര്യമേഖലയിലെ സ്തംഭനം കേരളത്തിലെ സാമ്പത്തികമേഖലകളെ എങ്ങനെ ബാധിച്ചു?*

കഴിഞ്ഞ അദ്ധ്യായത്തിൽ ഇന്ത്യയിലെ പൊതുസ്ഥിതി സംബന്ധിച്ചു നല്കിയ വിവരണം ഇവിടെയും പ്രസക്തമാണ്. നോട്ട് റദ്ദാക്കൽ പ്രതികൂലമായി ബന്ധിക്കാത്ത ഒരു സമ്പത്തികമേഖലയും കണ്ടെത്താനാകില്ല. ഏറ്റവും വലിയ തിരിച്ചടി കെട്ടിടനിർമ്മാണമേഖലയിലാണ്. ഈ മേഖലയിൽ തൊഴിലെടുക്കുന്ന ഭൂരിഭാഗം പേരും മറ്റു സംസ്ഥാനങ്ങളിൽനിന്ന് ഉള്ളവരാണ്. ഊരാളുങ്കൽ തൊഴിലാളി സഹകരണസംഘം പോലുള്ള വൻകിട കോൺട്രാക്ടർമാർ മലയാളികളായ തൊഴിലാളികൾക്കു കൂലി ബാങ്കു വഴിയാക്കി പ്രശ്നം പരിഹരിക്കാൻ ശ്രമിക്കുകയുണ്ടായി. എന്നാൽ ഇതരസംസ്ഥാനതൊഴിലാളികളെ സംബന്ധിച്ചിടത്തോളം ഇതു പ്രായോഗികമായില്ല. ഇവരുടെ തിരിച്ചുപോക്ക് നിർമ്മാണമേഖലയെ സ്തംഭിപ്പിച്ചിരിക്കയാണ്. ഇവർ കൂടുതൽ പ്രവൃത്തിയെടുക്കുന്ന പെരുമ്പാവൂർ പ്ലൈവുഡ് വ്യവസായം പോലുള്ളവയും വലിയ തിരിച്ചടിയാണു നേരിട്ടിരിക്കുന്നത്.

ചെറുകിടവ്യവസായമേഖലയിൽ വിപണിയിലെ മാന്ദ്യവും കൂലി കൊടുക്കാനുള്ള പ്രശ്നങ്ങളും സ്തംഭനം സൃഷ്ടിച്ചിട്ടുണ്ട്. പ്ലാന്റേഷൻ

മേഖലയിൽ ഉടമകൾ പണം സർക്കാരിൽ കെട്ടിവെച്ച് ബാങ്കുകൾ വഴി വിതരണം ചെയ്യാൻ ഏർപ്പാടുണ്ടാക്കി. കശുവണ്ടിഫാക്ടറികളിലും സ്തംഭനം ഒഴിവാക്കാൻ ഇത്തരം നടപടി സ്വീകരിച്ചു. എന്നാൽ ഈ രീതി കേന്ദ്രീകൃതമായ, വലിയ തോതിലുള്ള, ഉല്പാദനം നടത്തുന്ന സ്ഥാപനങ്ങളിലേ അനുവർത്തിക്കാൻ കഴിയൂ. അല്ലാതുള്ള ചെറുകിടവ്യവസായമേഖലയിൽ സർക്കാരിന് ഇടപെട്ട് പരിഹാരം കണ്ടെത്തുന്നതിനു വലിയ പരിമിതിയുണ്ട്.

കേരളത്തിലെ ഏറ്റവും വേഗത്തിൽ വളരുന്ന ടൂറിസത്തിനും നോട്ടുനിരോധം തിരിച്ചടിയായി. നവംബർ മാസത്തിൽ മുൻവർഷത്തെ അപേക്ഷിച്ച് ആഭ്യന്തരടൂറിസ്റ്റുകളുടെ എണ്ണത്തിൽ 18 ശതമാനവും വിദേശ ടൂറിസ്റ്റുകളുടെ എണ്ണത്തിൽ 9 ശതമാനവും കുറവുണ്ടായി എന്നാണു ടൂറിസം വകുപ്പിന്റെ കണക്ക്. മദ്യനിയന്ത്രണം മൂലം കഴിഞ്ഞ ഏതാനും വർഷം ടൂറിസംമേഖല മന്ദീഭവിച്ചുകൊണ്ടിരിക്കുകയായിരുന്നു. നോട്ടുനിരോധം ഇതിനെ തകർച്ചയായി മാറ്റിയിരിക്കുകയാണ്. ആലപ്പുഴയിലെ ഹൗസ് ബോട്ട് ടൂറിസത്തിനു ചരിത്രത്തിൽ ഇതുപോലൊരു തിക്താനുഭവം ഉണ്ടായിട്ടില്ല എന്നാണ് ഉടമകളും തൊഴിലാളികളും പറയുന്നത്.

വാണിജ്യമേഖലയിൽ വില്പന 40–50 ശതമാനംവരെ നവംബർമാസത്തിൽ കുറയുകയുണ്ടായി. ഇപ്പോൾ ചില കേന്ദ്രങ്ങളിലെങ്കിലും വ്യാപാരികൾ ഒത്തുചേർന്നു ഡിജിറ്റൽപണത്തിലേക്ക് ഇടപാടുകൾ മാറ്റുന്നതിനുള്ള പരിശ്രമങ്ങൾ നടത്തുന്നുണ്ട്. ചെറുകിടവില്പനക്കാരെയാണു നോട്ടുനിരോധം കൂടുതൽ ബാധിച്ചത്.

കാർഷികമേഖലയിൽ നാളികേരവും റബ്ബറും വിലയിടിവിന്റെ ഫലമായി പിന്നോട്ടടിച്ചു നിൽക്കുകയായിരുന്നല്ലോ. നോട്ടുനിരോധനം കൂനിന്മേൽ കുരുപോലെ ആയി. ടാപ്പിംഗ് തൊഴിലാളികൾക്കു കൂലി നൽകാൻ പണമില്ലാത്തതാണു പ്രശ്നം. ഉല്പന്നവിപണിയിലും നോട്ടില്ലായ്മ ഞെരുക്കം സൃഷ്ടിച്ചിട്ടുണ്ട്.

കേരളത്തിലെ ക്ഷീരമേഖലയിൽ സഹകരണപ്രസ്ഥാനത്തിനു വലിയ പ്രാധാന്യമുണ്ട്. ഒരു മിൽമ സഹകരണസംഘം ദിവസം 400 ലിറ്റർ പാൽ ശരാശരി അളക്കും. ഇതിനു വില കൊടുക്കാൻ ആഴ്ചയിൽ 85,000 രൂപയെങ്കിലും വേണം. സഹകരണബാങ്കുകൾ വഴിയാണ് ഈ പണം പ്രാഥമികസംഘങ്ങൾക്കു ലഭ്യമാക്കിക്കൊണ്ടിരുന്നത്. എന്നാലിന്ന് ഇത് അസാദ്ധ്യമായിരിക്കുകയാണ്. പ്രാഥമികസഹകരണസംഘങ്ങൾ നിലനില്പിനുവേണ്ടി വാണിജ്യബാങ്കുകളിലേക്കു മാറേണ്ടിവന്നു. അവിടെയും 24,000 രൂപയുടെ പരിധിയുടെ കൂച്ചുവിലങ്ങുണ്ട്.

മത്സ്യമേഖല ആദ്യം നേരിട്ട പ്രശ്നം വിപണിയുടേതാണ്. ലേലകേന്ദ്രങ്ങളിൽ പണം കൊടുക്കാൻ തരകന്മാരുടെ കയ്യിൽ നോട്ടില്ലാതായി. മീനിന്റെ മൊത്തവിലയിൽ ഇടിവുണ്ടായി. ഡീസൽ വാങ്ങാൻ പണമില്ലാത്തതിന് ആർ.ടി.ജി.എസ്. വഴി പരിഹാരം കണ്ടെത്തി. പക്ഷേ കൂലിയുടെ കാര്യത്തിൽ ഫലപ്രദമായ പരിഹാരം കണ്ടെത്താനായില്ല. ഇത് മത്സ്യബന്ധനത്തെ പ്രതികൂലമായി ബാധിച്ചു. പ്രതിദിനം 200–300

ബോട്ടുകൾ മീൻ പിടിക്കാൻ പോയിരുന്ന കൊല്ലത്ത് ഒരു ഘട്ടത്തിൽ ബോട്ടുകളുടെ എണ്ണം 20-30 ആയി കുറഞ്ഞു. പഴയ നോട്ടുകളുപയോഗിച്ചും കടംപറഞ്ഞും പ്രശ്നം ശാശ്വതമായി പരിഹരിക്കാൻ കഴിയില്ലല്ലോ. ഇതുപോലെ കേരളത്തിന്റെ ഓരോ ഉത്പാദനമേഖലയിലും നോട്ടുനിരോധനം തിരിച്ചടിയായി.

? *കേരളസർക്കാരിന്റെ വരുമാനത്തെ നോട്ടുനിരോധനം എങ്ങനെ ബാധിക്കുന്നു? ഇത് സർക്കാരിന്റെ സാമ്പത്തികപ്രതിസന്ധിയെ കൂടുതൽ രൂക്ഷമാക്കിയിട്ടുണ്ടോ?*

ഉണ്ട്. നവംബർ മാസത്തെ കണക്കുകൾ വച്ചുകൊണ്ട് വരുമാന ഇടിവ് ഉണ്ടായിട്ടില്ലായെന്ന് ചിലർ വാദിച്ചിട്ടുണ്ട്. പക്ഷേ നവംബർ മാസം ട്രഷറിയിൽ അടയ്ക്കപ്പെടുന്ന നികുതി വരുമാനം ഒക്ടോബറിലെ വ്യാപാരത്തിന്റെ നികുതിയാണെന്ന പ്രാഥമിക വസ്തുത അവർ വിസ്മരിച്ചു. അതുകൊണ്ട് ഇടിവ് ഡിസംബർ മാസത്തിലാണു ട്രഷറിയിൽ കൃത്യമായി പ്രതിഫലിച്ചു തുടങ്ങിയത്. 2016 നവംബർ മാസത്തിൽ വിൽപ്പന നികുതി മുൻവർഷത്തെ 2,426 കോടി രൂപയിൽ നിന്ന് 2,760 കോടി രൂപയായി. അതായത് 14 ശതമാനം ഉയർന്നു. എന്നാൽ ഇപ്പോൾ ഡിസംബർ മാസത്തെ നികുതി വരുമാന കണക്ക് ലഭ്യമാണ്. 2016 ഡിസംബർ മാസത്തിലെ വിൽപ്പന നികുതി 2,578 കോടി രൂപയിൽ നിന്ന് 2,535 കോടി രൂപയായി താഴ്ന്നു. അതായത് മുൻവർഷത്തെ അപേക്ഷിച്ച് രണ്ട് ശതമാനം കുറവ്. മാത്രമല്ല 2016 ഒക്ടോബറിൽ 3,028 കോടി രൂപയായിരുന്നു വിൽപ്പന നികുതി വരുമാനം എന്ന് ഓർക്കണം. അവിടെ നിന്നാണ് 2016 ഡിസംബറിൽ 2,578 കോടി രൂപയായി കുറഞ്ഞത്.

നവംബർ 9 മുതലേ വാഹനരജിസ്ട്രേഷൻ ഗണ്യമായി കുറഞ്ഞു. ഒക്ടോബറിൽ 277 കോടിരൂപ കിട്ടിയത് നവംബറിൽ 183 കോടിരൂപയായി. ഡിസംബറിൽ 254 കോടി രൂപയാണു കിട്ടിയത്. ലോട്ടറിയിൽ നിരോധത്തിനു മുമ്പ് 735 കോടി ലഭിച്ചിരുന്നത് നവംബറിൽ 372 കോടിയായി! ഡിസംബറിൽ 521 ഉം. മൊത്തം വരുമാനം എടുത്താൽ 4,447 കോടി രൂപയായിരുന്നത് നവംബർ മാസത്തിൽ 3,625 രൂപയും ഡിസംബർ മാസത്തിൽ 3,668 കോടി രൂപയുമായി കുറഞ്ഞു.

കഴിഞ്ഞ എൽഡിഎഫ് സർക്കാരിന്റെ അവസാനവർഷം സംസ്ഥാന ആഭ്യന്തരവരുമാനത്തിന്റെ 7.06 ശതമാനമായിരുന്നു സംസ്ഥാനത്തിന്റെ തനതുനികുതിവരുമാനം. ഇത് 201516 ആയപ്പോഴേയ്ക്കും 6.5 ശതമാനമായി താണു. ഇതു പുതുക്കിയ ബജറ്റിൽ 6.85 ശതമാനമായി ഉയർത്താനാണു ലക്ഷ്യമിട്ടിരുന്നത്. 14.9 ശതമാനം സംസ്ഥാന ആഭ്യന്തരവരുമാനം വളരുമെന്നും നികുതിവരുമാനം 19.39 ശതമാനം ഉയരുമെന്നുമായിരുന്നു പുതുക്കിയ ബജറ്റിലെ അടിസ്ഥാനാനുമാനം. എന്നാൽ സംസ്ഥാന ആഭ്യന്തരവരുമാനത്തിന്റെ വളർച്ച മന്ദീഭവിക്കുകയും നികുതിവരുമാനം 10 ശതമാനത്തിൽത്താഴെ ഒതുങ്ങാനുമാണു സാദ്ധ്യത. അഥവാ ടാക്സ് ബോയൻസി പ്രതീക്ഷിച്ച 1.4 ശതമാനത്തിനു പകരം 1ൽ താഴെയായി മാറും. ഈ കുറവ് പരിഹരിക്കുന്നതിന് വായ്പ എടുക്കുന്നതു വർദ്ധി

പ്പിക്കാൻ കേന്ദ്രസർക്കാർ അനുവദിക്കുന്നില്ലെങ്കിൽ സംസ്ഥാനത്തിന്റെ ധനപ്രതിസന്ധി വളരെ രൂക്ഷമാകും.

യുഡിഎഫ് ഭരണത്തിനു കീഴിൽ കേരളത്തിന്റെ റവന്യൂക്കമ്മി കുറയുന്നതിനു പകരം കൂടുകയാണു ചെയ്തത്. സംസ്ഥാനറവന്യൂവിലും കേന്ദ്രവിഹിതത്തിലും ഉണ്ടാവുന്ന ഇടിവുമൂലം റവന്യൂക്കമ്മി ഈ വർഷം കൂടുതൽ ഉയരും. കേന്ദ്രസർക്കാർ ഉദാരമായ സമീപനം സ്വീകരിച്ചാൽ മാത്രമേ സ്തംഭനം ഒഴിവാക്കാനാവൂ. അങ്ങനെ കേന്ദ്രസർക്കാർ അനുവദിച്ചു വായ്പ കൂടുതൽ എടുക്കുകയാണെങ്കിൽ ധനക്കമ്മി 3 ശതമാനത്തിൽനിന്നു ഗണ്യമായി ഉയരും. കേന്ദ്രസർക്കാർ നിഷേധാത്മകമായ നിലപാടു സ്വീകരിക്കുകയാണെങ്കിൽ സംസ്ഥാനസർക്കാർ ചെലവു വെട്ടിക്കുറയ്ക്കേണ്ടിവരും.

? *കേന്ദ്രത്തിന്റെ നികുതി വരുമാനം ഉയർന്നു. എന്നാൽ ജയ്റ്റ്ലിയുടെ പത്രപ്രസ്താവന സംബന്ധിച്ച പ്രതികരണം എന്താണ്? നന്നായി ഭരിക്കുന്ന സംസ്ഥാനങ്ങളിലും നികുതി കൂടിയിട്ടുണ്ട്. എവിടെയെങ്കിലും നികുതി വർദ്ധിച്ചില്ലെങ്കിൽ അത് ഭരണത്തിന്റെ പോരായ്മയാണ് എന്നാണല്ലോ അദ്ദേഹം പറഞ്ഞത്.*

ജെയ്റ്റ്ലിയുടെ പ്രസ്താവന കണക്കുകൊണ്ടുള്ള ഒരു കസർത്താണ്. യഥാർത്ഥത്തിൽ കേന്ദ്ര എക്സൈസ് നികുതിയും കേന്ദ്രസർവ്വീസ് ടാക്സും കുറഞ്ഞിരിക്കുന്നുവെന്നാണ് പത്രപ്രസ്താവനയോടൊപ്പം കൊടുത്തിരിക്കുന്ന ചാർട്ടുകൾ സൂചിപ്പിക്കുന്നത്. ജൂലൈ മുതൽ ഒക്ടോബർ വരെയുള്ള മാസങ്ങളിൽ കേന്ദ്ര എക്സൈസ് നികുതിയുടെയും സേവനനികുതിയുടെയും പ്രതിമാസ വളർച്ച യഥാക്രമം 42 ശതമാനവും 30 ശതമാനവും വീതമാണ്. എന്നാൽ നവംബർ ഡിസംബർ മാസങ്ങളിലാകട്ടെ യഥാക്രമം 32 ശതമാനവും 13 ശതമാനവും വീതമാണ്.

ആദായ കോർപ്പറേറ്റ് നികുതികളിലാണ് വലിയ വളർച്ച അവകാശപ്പെടുന്നത്. പക്ഷേ ഇവയുടെ തുകകളിൽ നോട്ട് റദ്ദാക്കലിനു ശേഷം അമിനിസ്റ്റി സ്കീമിൽ നിക്ഷേപിക്കപ്പെട്ട തുകയിൽ നിന്നുള്ള വരുമാനവും പിടിച്ച കള്ളപ്പണത്തിൽ നിന്നുള്ള വരുമാനവും ഉൾപ്പെടുന്നുണ്ട്. അതുകൊണ്ടാണ് നികുതി വരുമാന വർദ്ധനയെക്കുറിച്ചുള്ള അവകാശവാദം കണക്കിന്റെ ഒരു കസർത്താണെന്ന് പറഞ്ഞത്.

കേരളത്തിന്റെ പോലെ തന്നെ മറ്റു ഭൂരിപക്ഷം സംസ്ഥാനങ്ങളുടെയും നികുതി വരുമാനത്തിൽ കുറവു വന്നിട്ടുണ്ട്. പക്ഷേ കുറച്ചു സംസ്ഥാനങ്ങളുടെ നികുതി വരുമാനത്തിൽ കുത്തനെ വർദ്ധനവും ഉണ്ടായിട്ടുണ്ട്. അതിൽ പല മന്ത്രിമാരും വ്യക്തിപരമായി എന്നോട് പറഞ്ഞത് നികുതി കുടിശിക പഴയ നോട്ടുകളിൽ തന്നെ തിരിച്ചടയ്ക്കുന്നതിന് നവംബർ മാസം മുഴുവൻ അവർ അനുവദിച്ചൂവെന്നാണ്. കേരളത്തിലും നാം അതിനെക്കുറിച്ച് ചിന്തിച്ചൂവെങ്കിലും കള്ളപ്പണം വെളുപ്പിക്കാൻ കൂട്ടുനിന്നൂവെന്ന ആക്ഷേപം ഒഴിവാക്കുന്നതിനു വേണ്ടി വേണ്ടെന്ന് വയ്ക്കുകയാണ് ചെയ്തത്.

6

സഹകരണപ്രസ്ഥാനം

? *നോട്ടുനിരോധം സംബന്ധിച്ച പ്രക്ഷോഭത്തിന്റെ കുന്തമുനയായി സഹകരണസംരക്ഷണം ഉയർന്നുവന്നിരിക്കയാണല്ലോ. എന്തുകൊണ്ടാണ് സഹകരണമേഖലയ്ക്ക് ഇത്രയേറെ പ്രാധാന്യം ഇക്കാര്യത്തിൽ നല്കിയിട്ടുള്ളത്?*

സംസ്ഥാനത്തെ സാധാരണക്കാരുടെ ഏറ്റവും വലിയ ആശ്രയവും നമ്മുടെ സമ്പദ്ഘടനയുടെ, വിശേഷിച്ചും ഗ്രാമീണകാർഷികസമ്പദ്ഘടനയുടെ നട്ടെല്ലുമാണു സഹകരണരംഗം. നമുക്ക് അറിയാവുന്നതുപോലെ വായ്പാമേഖലയ്ക്കു പുറമേ ക്ഷീരോല്പാദനം, ചെറുകിടവ്യവസായം, ഉപഭോക്തൃ ഉല്പന്നവിപണനം, ഭക്ഷണശാലകൾ, ലേബർ കോൺട്രാക്റ്റ്, ന്യായവിലക്കടകൾ, കയറും കശുവണ്ടിയും കൈത്തറിയും ബീഡിയും പോലുള്ള പരമ്പരാഗതവ്യവസായങ്ങൾ, വിദ്യാഭ്യാസം, ആരോഗ്യസേവനം എന്നുവേണ്ടാ ഐടി വ്യവസായംവരെയുള്ള വൈവിദ്ധ്യമാർന്ന ഉല്പാദന സേവനരംഗങ്ങളിൽ സഹകരണപ്രസ്ഥാനം ഇന്നു വളർന്നു വ്യാപിച്ചിരിക്കുന്നു. ലക്ഷക്കണക്കിനുപേർക്കു തൊഴിലും അത്താണിയും ആണത്. ഇവിടെ പ്രസക്തം സംസ്ഥാനത്തെ വായ്പാസഹകരണമേഖലയാണ്.

സംസ്ഥാനത്ത് 1,625 പ്രാഥമികകാർഷികവായ്പാ സഹകരണസംഘങ്ങളിൽ 21 ലക്ഷംഅക്കൗണ്ടുകൾ. ഇവയുടെ മൊത്തം ബ്രാഞ്ചുകൾ 4,200 വരും. മൊത്തം നിക്ഷേപം 81,152 കോടിരൂപയാണ്. പ്രവർത്തനമൂലധനം 1.12 ലക്ഷംകോടിരൂപ. 14 ജില്ലാസഹകരണബാങ്കുകൾക്ക് 783 ബ്രാഞ്ചുകളുണ്ട്. ഇവയുടെ പ്രവർത്തനമൂലധനമാകട്ടെ 56,000 കോടിരൂപ വരും. ഇതിനുപുറമേ 108 റൂറൽ സഹകരസംഘങ്ങളും 304 അഗ്രികൾച്ചർ ഇംപ്രൂവ്മെന്റ് സംഘങ്ങളും 60 അർബൻ സഹകരണബാങ്കുകളും 110 അർബൻ സഹകരണസംഘങ്ങളും 928 എംപ്ലോയീസ് ക്രെഡിറ്റ് സഹക

രണസംഘങ്ങളും 125 വിവിധതരം കാർഷികേതര വായ്പാസംഘങ്ങളും പ്രവർത്തനക്ഷമമാണ്.

2014-15ൽ ഇന്ത്യയിലെ മൊത്തം ബാങ്ക് ഡെപ്പോസിറ്റുകൾ 12.31 ലക്ഷം കോടിയായിരുന്നു. കേരളത്തിലേത് 1.17 ലക്ഷം കോടി രൂപയും. കേരളത്തിന്റെ വിഹിതം 9.5 ശതമാനമാണ്. എന്നാൽ പ്രാഥമിക സഹകരണസംഘങ്ങൾ എടുത്താൽ കേരളത്തിലെ ഡെപ്പോസിറ്റ് 59 ലക്ഷം രൂപ വരും. ഇന്ത്യ മൊത്തത്തിൽ ഇത് 85 ലക്ഷമാണ്. 70 ശതമാനം സഹകരണഡെപ്പോസിറ്റും കേരളത്തിലാണ്. കേരളത്തിലെ മൊത്തം ഡെപ്പോസിറ്റുകളുടെ 50 ശതമാനം പ്രാഥമിക സഹകരണസംഘങ്ങളിലാണ്. ഇന്ത്യയിലേത് ഏഴുശതമാനം മാത്രമാണ്. ഇതാണ് ബി.ജെ.പി. തിരിച്ചറിയാൻ വിസമ്മിതിക്കുന്ന കേരളത്തിന്റെ യാഥാർത്ഥ്യം. പ്രാഥമിക കാർഷികസഹകരണസംഘങ്ങൾ ഫലപ്രദമായി പ്രവർത്തിക്കുന്ന സംസ്ഥാനം കേരളമാണ്.

താഴേത്തട്ടിലേക്കു നോക്കിയാൽ പ്രാഥമികസഹകരണസംഘങ്ങൾ അതതുഗ്രാമത്തിന്റെ ജീവനാഡിയാണ്. സമൂഹത്തിലെ താഴേത്തട്ടിലുള്ള, ഏറ്റവുമധികം ദുരിതമനുഭവിക്കുന്ന വിഭാഗങ്ങളെ സഹായിക്കുക എന്നതായിരുന്നു തുടക്കം മുതലേ അതിന്റെ ധർമ്മം. 2014-15ൽ കേരളത്തിലെ 62 ശതമാനം ജനങ്ങളും പ്രാഥമികസഹകരണസംഘങ്ങളിലെ അംഗങ്ങളായിരുന്നു. ഇന്ത്യയിലിത് 10 ശതമാനമേ ഉള്ളൂ. ഇവരിൽ 10.5 ശതമാനം പേർ പട്ടികജാതി പട്ടികവർഗക്കാരാണ്. അഥവാ കേരളത്തിലെ ഏതാണ്ട് എല്ലാ പട്ടികജാതി പട്ടികവർഗകുടുംബങ്ങളും പ്രാഥമിക സഹകരണസംഘങ്ങളിൽ അംഗങ്ങളാണ്. ഇന്ത്യയിൽ പ്രാഥമികസഹകരണസംഘങ്ങളിൽ പത്തു ശതമാനം അംഗങ്ങളേ പട്ടികവിഭാഗങ്ങളിൽനിന്ന് ഉള്ളൂ. പാവപ്പെട്ടവരുടെയും സാധാരണക്കാരുടെയും സാന്നിധ്യം കേരളത്തിലെ സഹകരണ അംഗത്വത്തിൽ വളരെ പ്രകടമാണ്.

റിസർവ്വ് ബാങ്ക് അവരുടെ വെബ്സൈറ്റിൽ ലഭ്യമാക്കിയിട്ടുള്ള ഒരു റിപ്പോർട്ടുണ്ട്. റിസർവ്വ് ബാങ്കിന്റെ വികസനഗവേഷണപ്രോജക്റ്റ് പ്രാഥമികസഹകരണബാങ്കുകളെ സംബന്ധിച്ചു നടത്തിയ പഠനത്തിന്റെ റിപ്പോർട്ട്. പാവങ്ങൾ തങ്ങളുടെ ധനകാര്യം കൈകാര്യം ചെയ്യുന്നത് എങ്ങനെയെന്നു വ്യക്തമാക്കുന്ന ഈ പഠനം 2013 ലാണു നടന്നത്. ഈ പഠനം സഹകരണസംഘങ്ങൾ ഗ്രാമീണമേഖലയിൽ വഹിക്കുന്ന പങ്കിനെപ്പറ്റി എടുത്തുപറയുന്നുണ്ട്. ഗ്രാമീണരായ പാവങ്ങൾ തങ്ങളുടെ സാമ്പത്തികാവശ്യങ്ങൾക്ക് ഏറ്റവുമധികം ആശ്രയിക്കുന്നത് പ്രാഥമിക സഹകരണബാങ്കുകളെയാണ്. തങ്ങൾക്കു പ്രാപ്യമായ ധനകാര്യ സ്ഥാപനം അതാണെന്ന് അവർ കരുതുന്നു.

നീതി മെഡിക്കൽ സ്റ്റോറായാലും മാവേലി സ്റ്റോറായാലും പ്രാഥമികസംഘങ്ങളായാലും ദരിദ്രരുടെയും സാധാരണക്കാരുടെയും ആശ്രയമാണ്. നാട്ടിൽ ഒരു വിവാഹമോ മരണമോ ആർക്കെങ്കിലും കാര്യമായ രോഗമോ ഒക്കെ ഉണ്ടായാൽ ജനങ്ങൾ ആദ്യം ഓടുന്നത് അടുത്തുള്ള സഹകരണബാങ്കിലേക്കാണ്. അവരുടെ ബുദ്ധിമുട്ട് അറിയാവുന്ന അന്നാട്ടുകാരായ, അവരിൽപ്പെട്ടവരായ ഭരണസമിതിയും ഉദ്യോഗ

സ്ഥരുമാണ് അവിടെയുള്ളത്. സങ്കീർണ്ണതകളും തടസവാദങ്ങളുമില്ലാതെ അവർക്കുവേണ്ട സഹായം ആ സംഘം നൽകും.

വിവിധവിഭാഗംതൊഴിലാളികൾക്കും സർക്കാർജീവനക്കാർക്കും സ്ത്രീകൾക്കും പട്ടികവിഭാഗക്കാർക്കുമൊക്കെ അവരവരുടെ ആവശ്യങ്ങൾ നിറവേറ്റാൻ സഹായിക്കുന്ന സഹകരണസംഘങ്ങളുണ്ട്. ഇതരധന കാര്യസ്ഥാപനങ്ങൾക്ക് ഉള്ളപോലെ ചൂഷണതാല്പര്യങ്ങൾ ഇല്ലാത്ത, ജനങ്ങളുടെ സ്വന്തം പ്രസ്ഥാനം എന്നതാണ് അവയുടെ സവിശേഷത. സമസ്തമേഖലയിലും വ്യാപിച്ചുകിടക്കുന്ന അതിന്റെ വലിപ്പം സങ്കല്പാതീതമാണ്.

ഒരൊറ്റ ഉദാഹരണംകൊണ്ട് വായ്പാസഹകരണശൃംഖലയുടെ ശേഷിയും ജനകീയബന്ധവും വ്യക്തമാക്കാം. വാണിജ്യബാങ്കുകളിലെ അക്കൗണ്ടുകൾ വഴിയാണു ക്ഷേമപ്പെൻഷനുകൾ വിതരണം ചെയ്തിരുന്നത്. എന്നാൽ അവിടെ പാവപ്പെട്ടവർ നേരിട്ട വൈഷമ്യങ്ങൾമൂലം വാണിജ്യബാങ്കുകൾളെ ഒഴിവാക്കി മറ്റു മാർഗ്ഗങ്ങളിലൂടെ പെൻഷൻ വീട്ടിൽ എത്തിച്ചുതരണമെന്നതായിരുന്നു 70 ശതമാനം പേരുടെയും അഭിപ്രായം. ഓണത്തിന് 47 ലക്ഷം പേർക്ക് 3,200 കോടിരൂപ പെൻഷനായി വീട്ടിൽ എത്തിച്ചുകൊടുക്കേണ്ടിയിരുന്നു. ഗൗരവമായ ഒരു പരാതിയും ഇല്ലാതെ ഈ കടമ നിർവ്വഹിച്ചത് ജില്ലാപ്രാഥമികസഹകരണ സംഘങ്ങളാണ്. അതും കേവലം രണ്ടാഴ്ചത്തെ സമയമെടുത്ത്. റിസർവ്വ് ബാങ്ക് ഓഫ് ഇൻഡ്യ നടത്തിയ അവലോകനപഠനത്തിലും കേരളത്തിലെ സഹകരണശൃംഖലയുടെ ജനകീയവിശ്വാസത്തെയും ജനകീയബന്ധങ്ങളെയും അടിവരയിട്ട് അംഗീകരിച്ചിട്ടുണ്ട്. ഇങ്ങനെയെല്ലാമുള്ള ഒരു സംവിധാനം തകരുന്നതു കേരളത്തിനു താങ്ങാനാവില്ല.

? *കേരളത്തിലെ സഹകരണമേഖലയിലെ നടത്തിപ്പിനെ സംബന്ധിച്ച് കേന്ദ്രസർക്കാരുമായി ഒരു ദശാബ്ദത്തിലേറെയായി നിലനിൽക്കുന്ന അഭിപ്രായവ്യത്യാസങ്ങളെന്താണ്? എന്തുകൊണ്ടാണ് വൈദ്യനാഥൻ കമ്മിഷൻ റിപ്പോർട്ടിനെ സംസ്ഥാനം എതിർക്കുന്നത്?*

നവലിബറൽ പരിഷ്കാരങ്ങളുടെ ഭാഗമായി സഹകരണമേഖലയെ പൊളിച്ചെഴുതുന്നതിനുള്ള നിർദേശങ്ങളാണു വൈദ്യനാഥൻ കമ്മിഷൻ വഴി കേന്ദ്രസർക്കാർ മുന്നോട്ടുവച്ചത്. നമ്മുടെ സഹകരണസംഘങ്ങൾ കേവലം വായ്പാസംഘങ്ങളല്ല. നാനാവിധ കാർഷികസേവനമേഖലകളിൽ സജീവമായി അത് ഇടപെടുന്നു. ഇത്തരം ക്ഷേമസഹായപ്രവർത്തനങ്ങളിൽനിന്നു നമ്മുടെ സഹകരണമേഖല പിന്മാറണം; വായ്പകൊടുക്കൽ മാത്രമേ പാടുള്ളൂ എന്നതാണു കേന്ദ്രനിലപാട്. ഇത് നമ്മുടെ ഗ്രാമീണമേഖലയിൽ വലിയ പ്രത്യാഘാതം ഉണ്ടാക്കും. അതിനാൽ ഇതു തുടരാൻ അനുവദിക്കണമെന്നതാണു കേരളം എടുത്തുപോരുന്ന നിലപാട്. ഇതിൽ കക്ഷിഭേദമൊന്നുമില്ല. പക്ഷേ, അങ്ങനെയെങ്കിൽ ബാങ്ക് എന്ന പദവി നല്കാനാവില്ലെന്നാണു റിസർവ് ബാങ്ക് പറയുന്നത്. ബാങ്ക് പദവിയില്ലെങ്കിൽ പൊതുജനങ്ങളിൽനിന്നു ഡെപ്പോസിറ്റു സ്വീകരിക്കാൻ കഴിയാതെവരും. അംഗങ്ങളിൽനിന്നു മാത്രമേ ഡെപ്പോസിറ്റ്

സ്വീകരിക്കാൻ കഴിയൂ. ഇതു നമ്മുടെ സഹകരണസംഘങ്ങളെ തകർക്കുമെന്നതിനാൽ നമ്മൾ അംഗീകരിച്ചിട്ടില്ല. ഈ തർക്കം ഇതുവരെ ഒത്തുതീർപ്പ് ആയിട്ടില്ല. ഇപ്പോൾ സംസ്ഥാന ജില്ലാ ബാങ്കുകൾ മാത്രമാണ് റിസർവ് ബാങ്കിന്റെ മാർഗനിർദേശങ്ങൾക്ക് അനുസൃതമായി പ്രവർത്തിക്കുന്നത്.

ഇപ്പോൾ ഉയർന്നുവന്നിരിക്കുന്ന പ്രശ്നം ആദായനികുതിവകുപ്പുമായി ബന്ധപ്പെട്ടതാണ്. ആദായനികുതിനിയമത്തിലെ 18 പി വകുപ്പു പ്രകാരം സഹകരണസംഘങ്ങളെ ആദായനികുതിയിൽനിന്ന് ഒഴിവാക്കിയിട്ടുണ്ട്. എന്നാൽ, വായ്പയുടെ 51 ശതമാനം കാർഷികമേഖലയിൽ ആണെങ്കിലേ പ്രാഥമിക കാർഷിക സഹകരണസംഘമായി പരിഗണിക്കൂ എന്നാണ് ആദായനികുതിവകുപ്പു പറയുന്നത്. ഇതിനെതിരെ സംഘങ്ങൾ കേസിനു പോയി. സംഘങ്ങൾക്ക് അനുകൂലമായി വിധിയും വന്നു. എന്നാലും ആദായനികുതിവകുപ്പ് ഇതു പൂർണമായി അംഗീകരിച്ചിട്ടില്ല.

ആദായനികുതി വകുപ്പുമായുള്ള മറ്റൊരു പ്രശ്നം ഡെപ്പോസിറ്റിന്റെ പലിശയുടെ നികുതി സംബന്ധിച്ചാണ്. സഹകരണസംഘങ്ങളിൽനിന്നു നിക്ഷേപകർക്കു ലഭിക്കുന്ന പലിശയ്ക്ക് നികുതി ഒഴിവാക്കിയിരുന്നു. സഹകരണസംഘങ്ങളിലേക്കു ഡെപ്പോസിറ്റുകൾ ആകർഷിക്കാനായി നെഹ്രുവിന്റെ കാലംമുതലേ നൽകിയിരുന്ന ഇളവാണിത്. ഇത്തരം ഇളവുകൾ ചെറുകിട ദേശീയ സാമ്പാദ്യപദ്ധതികൾക്കും പ്രത്യേക കടപ്പത്രങ്ങൾക്കും ഒക്കെ നൽകാറുണ്ട്. എന്നാൽ പ്രണബ് മുഖർജി ധനമന്ത്രിയായിരുന്നപ്പോൾ ഈ നികുതിയിളവു പിൻവലിച്ചു. അതേത്തുടർന്ന് ഉണ്ടായ വലിയ പ്രതിഷേധം എല്ലാവർക്കും അറിയാവുന്നതാണ്.

ഒടുവിൽ സഹകരണവപ്പുതന്നെ മുൻകൈ എടുത്തു ചർച്ച നടത്തി. അതിന്റെ അടിസ്ഥാനത്തിൽ 25 ലക്ഷത്തിലധികം രൂപയുള്ള ഡെപ്പോസിറ്റുകളുടെ പലിശയുടെ നികുതി സ്രോതസിൽ പിടിക്കാനും അവയുടെ വിശദാംശങ്ങൾ സമർപ്പിക്കാനും ധാരണയായി. ഇതു സംബന്ധിച്ച് ഉത്തരവും ഇറങ്ങി. ഇതു നടപ്പിലാക്കിവരികയാണ്. ചില സംഘങ്ങളിൽ ഇനിയും ഇതു നടപ്പാകാനുണ്ട്.

എന്നാൽ, മറ്റു ചിലയിടങ്ങളിൽ രേഖകൾ ഹാജരാക്കാൻ ആവശ്യപ്പെടുന്നതിനു പകരം റെയ്ഡിനും മറ്റും ആദായനികുതിവകുപ്പു തുനിയുന്നു. ആദായനികുതിവകുപ്പ് നിയമാനുസൃതം ആവശ്യപ്പെടുന്ന നികുതി പിരിക്കുകയും രേഖകൾ ലഭ്യമാക്കുകയും ചെയ്യാൻ സംഘങ്ങൾക്കു നിർദ്ദേശം നൽകി ഈ പ്രശ്നം പരിഹരിക്കാനാകും. ആദായനികുതിവകുപ്പും സഹകരിക്കണം. സഹകരണപ്രസ്ഥാനം ഇത്തരത്തിൽ തർക്കങ്ങൾ കുറച്ച് കേന്ദ്രത്തിന്റെ വ്യവസ്ഥകൾഅംഗീകരിച്ചു മുന്നോട്ടുപോകാൻ ശ്രമിക്കുകയാണ്. ഇതൊന്നും പരിഹാരമില്ലാത്ത പ്രശ്നങ്ങളല്ല. ഓരോന്നു പരിഹരിക്കുമ്പോഴും സഹകരണമേഖല അതിജീവിക്കുകയാണല്ലോ. കേന്ദ്രത്തിന്റെ അജൻഡ നടപ്പാക്കാനാകുന്നില്ല. അതിന്റെ അസ്വാസ്ഥ്യം കേന്ദ്രത്തിനും റിസർവ്വ് ബാങ്കിനുമുണ്ട്. ഇതാണ് ഇന്നത്തെ പ്രതിസന്ധി അവസരമാക്കിക്കൊണ്ട് കേരളത്തിലെ

സഹകരണപ്രസ്ഥാനത്തെ തകർക്കാനുള്ള നീക്കത്തിന്റെ പശ്ചാത്തലം.

? *കേന്ദ്രസർക്കാരിന്റെ നോട്ടുനിരോധവും ധനനിയന്ത്രണവും സഹകരണമേഖലയെ എങ്ങനെയൊക്കെയാണു ബാധിച്ചത്?*

സഹകരണബാങ്കുകൾക്കൊന്നും പ്രവർത്തിക്കാനാകാത്ത സാഹചര്യം സൃഷ്ടിക്കുകയാണ് ഇപ്പോഴത്തെ നടപടികളിലൂടെ കേന്ദ്രം ചെയ്തിരിക്കുത്. വിശദീകരിക്കാം.

ഒന്ന്, ബാങ്കുകളിലുംമറ്റുമുള്ള നിക്ഷേപം ആഴ്ചയിൽ 24,000 രൂപവീതം പിൻവലിക്കാനുള്ള അവകാശം ഇടപാടുകാർക്കു റിസർവ്വ് ബാങ്ക് നൽകിയിട്ടുണ്ട്. കേരളത്തിലെ വാണിജ്യബാങ്കുകളിൽ 3.7 ലക്ഷം കോടിരൂപയാണു ഡെപ്പോസിറ്റായി ഉള്ളത്. സഹകരണബാങ്കുകളിൽ ഡെപ്പോസിറ്റായി ഒരുലക്ഷത്തിലേറെകോടി രൂപയുണ്ട്. പക്ഷേ ഇതിൽനിന്ന് ഒരു രൂപപോലും നോട്ടായി പിൻവലിക്കാൻ നിക്ഷേപകർക്ക് അവകാശമില്ല. എന്തുകൊണ്ട് ഈ വിവേചനം? 24,000 രൂപവീതം പിൻവലിക്കുന്നതുകൊണ്ട് കള്ളപ്പണം ആവിയായി പോകുമോ?

രണ്ട്, സഹകരണബാങ്കുകളിലെ ഡെപ്പോസിറ്റുകൾ വാണിജ്യബാങ്കുകളിലേക്കു ക്യാൻവാസ് ചെയ്യാൻ ഇടനിലക്കാർ ഇറങ്ങിയിരിക്കുകയാണ്. ഡ്രാഫ്റ്റുവഴിയോ അക്കൗണ്ടുകൾ വഴിയോ വാണിജ്യബാങ്കുകളിലേക്കു ഡെപ്പോസിറ്റുകൾ മാറ്റിയാൽ 24,000 രൂപവച്ചു പിൻവലിക്കാം, ഇലക്ട്രോണിക് ട്രാൻസ്ഫർവഴി ഇടപാടുകാർക്കു പണം എത്തിച്ചുകൊടുക്കാം എന്നൊക്കെ പറഞ്ഞാണ് ആകർഷിക്കുന്നത്. ഇത്തരത്തിൽ സഹകരണമേഖലയുടെ നിക്ഷേപം പിൻവലിക്കാനുള്ള സാഹചര്യം ഒരുക്കുകയല്ലേ 24,000 രൂപപോലും പിൻവലിക്കാനുള്ള അവകാശം നിഷേധിക്കുകവഴി ചെയ്യുന്നത്?

മൂന്ന്, ഇങ്ങനെ നിക്ഷേപങ്ങൾ പിൻവലിക്കപ്പെടുമ്പോൾ ആവശ്യത്തിനു മിച്ചപണം പ്രാഥമികസഹകരണസംഘങ്ങൾക്ക് ഇല്ലാതെവന്നേക്കാം. സാധാരണയായി പ്രാഥമികസംഘങ്ങളിൽ എല്ലാംകൂടി 2,400 കോടി രൂപയേ കാശായി സൂക്ഷിക്കാറുള്ളൂ. ബാക്കിഏതാണ്ട് 40,000 കോടിരൂപ ജില്ലാസഹകരണബാങ്കുകളിലും വാണിജ്യബാങ്കുകളിലും ആയാണു സൂക്ഷിക്കുക. ഈ നിക്ഷേപം പിൻവലിക്കാൻ സഹകരണസംഘങ്ങൾക്ക് ഇപ്പോൾ അവകാശമില്ല. ആഴ്ചയിൽ 24,000 രൂപവച്ചേ സംഘത്തിനും പിൻവലിക്കാൻപാടുള്ളൂ. വ്യക്തികൾക്കുള്ള അതേ അവകാശം. കോടിക്കണക്കിന് ആസ്തിയുള്ള സഹകരണസംഘത്തെയും വ്യക്തികളെയും ഒരുപോലെ കാണുന്നതു ന്യായമാണോ? ഈ നിയന്ത്രണം സഹകരണസംഘങ്ങളെ ശ്വാസംമുട്ടിച്ചുകൊല്ലുന്നതിനു സമമല്ലേ?

നാല്, ഇത്തരമൊരു സ്ഥിതിവിശേഷം സ്വാഭാവിമായി നിക്ഷേപകരിൽ ആശങ്കപടർത്തും. ഇതു പരിഭ്രാന്തിയും വേവലാതിയുമാകും. ആസന്ദർഭം സൃഷ്ടിച്ചിട്ടു നിയന്ത്രണങ്ങൾ നീക്കി പണം പിൻവലിക്കാനുള്ള അവകാശം നൽകുമ്പോൾ അതു നിക്ഷേപങ്ങൾ പിൻവലിച്ചു വാണിജ്യബാങ്കുകളിലേക്കു മാറ്റാനുള്ള ഒരു ഹാലിളക്കമായി മാറും.

ഇത്തരമൊരു സ്ഥിതിവിശേഷം ഉണ്ടായാൽ ഒരു ബാങ്കിനും നിലനിൽക്കാനാവില്ല. കാരണം, ഡെപ്പോസ്റ്റുകളുടെ 70 ശതമാനത്തിലധികം അവർ വായ്പ കൊടുത്തിരിക്കും. അവ പെട്ടെന്നു തിരിച്ചുപിടിക്കാൻ കഴിയില്ലല്ലോ. ഇങ്ങനെ വരുമ്പോഴാണു ബാങ്കുകൾ പൊളിയുന്നത്. എത്ര വിചിത്രമായ സ്ഥിതിവിശേഷമാണിത്?

ലോകത്തെ ഏറ്റവും വലിയ ബാങ്കുകൾതന്നെ 2008 ൽ നൊടിയിടയിൽ തകർന്നതു നാം കണ്ടു. ജനങ്ങൾക്കു ബാങ്കുകളിലെ വിശ്വാസം നഷ്ടപ്പെട്ടതാണ് ആ കൂട്ടത്തകർച്ചയ്ക്കു കാരണം. ബാങ്കുകൾ വിശ്വാസത്തിന്റെ അടിസ്ഥാനത്തിൽ പ്രവർത്തിക്കുന്ന സ്ഥാപനങ്ങളാണ്. ജനങ്ങൾ ബാങ്കുകളിൽ നിക്ഷേപിക്കുന്ന പണം ബാങ്കുകൾ വായ്പയായി നൽകും. പലപ്പോഴും നിക്ഷേപത്തേക്കാൾ വളരെകൂടുതൽ പണം വായ്പയായി നൽകാറുണ്ട്. പക്ഷേ അതു പ്രശ്നമാകാറില്ല. വായ്പയെടുക്കുന്ന ആളുകൾ പണംപൂർണ്ണമായും കാശായിപിൻവലിക്കില്ല. ബാങ്കുകളുടെ അക്കൗണ്ടിൽ വായ്പപ്പണം വരവുവച്ചുകഴിഞ്ഞാൽ അതു കൈയിൽ കിട്ടിയതുപോലെ ആണ്. ആവശ്യാനുസരണം ചെക്ക് എഴുതി പണം പിൻവലിക്കുകയോ കൈമാറുകയോ ചെയ്യാം. എന്നാൽ, പണം തിരിച്ചെടുക്കാൻ കഴിയുമോ ഇല്ലയോ എന്ന പരിഭ്രാന്തി ഉണ്ടായാൽ എന്താണു സംഭവിക്കുക? പിന്നെ ഡെപ്പോസിറ്റുകൾ പിൻവലിക്കാനുള്ള പരക്കംപാച്ചിലായിരിക്കും. ഇതു തുടങ്ങിയാൽപ്പിന്നെ ഒരുബാങ്കും ബാക്കിയുണ്ടാവില്ല. ആ ദുരന്തമുഖത്തേക്കാണു നമ്മുടെ സംഘങ്ങളെ കൊണ്ടെത്തിക്കാൻ കേന്ദ്രം ശ്രമിക്കുന്നത്. നാണയപ്രതിസന്ധി മുതലെടുത്തു കേരളത്തിലെ സഹരണബാങ്കുകളുടെ വിശ്വാസ്യത ഇല്ലാതാക്കി അവയെത്തന്നെ തകർത്തു ലക്ഷ്യം നേടാനാണു കേന്ദ്രസർക്കാർ ശ്രമിക്കുന്നത്. കള്ളപ്പണം തടയാൻ ഇതിന്റെയൊന്നും ആവശ്യമില്ലല്ലോ.

ഈ നിലപാട് അടിയന്തരമായി തിരുത്തിയേതീരൂ. അതിനു വലിയ പ്രക്ഷോഭംതന്നെ ആവശ്യമായിവന്നു. എന്നിട്ടും പരിഹാരം ഉണ്ടാകുന്നില്ല. സംസ്ഥാനത്തുനിന്നുള്ള സർവ്വകക്ഷിസംഘത്തെപ്പോലും കാണാൻ സൗകര്യമില്ലെന്നു ഫെഡറൽഇൻഡ്യയുടെ പ്രധാനമന്ത്രി പ്രഖ്യാപിച്ചില്ലേ! കോടതികളിൽ കേസിനു പോയിട്ടും സർക്കാർ പ്രതിലോമനിലപാടാണു മിക്കകാര്യത്തിലും എടുക്കുന്നത്. ഈ അവസ്ഥയിൽ എന്തു വില കൊടുത്തും കേരളജനത സഹകരണമേഖലയെ സംരക്ഷിക്കുക തന്നെ ചെയ്യും.

? *പ്രാഥമിക കാർഷിക സഹകരണബാങ്കുകൾ റിസർവ് ബാങ്കിന്റെ മാനദണ്ഡങ്ങൾ പൂർണമായി പാലിക്കുന്നില്ല എന്ന ന്യായത്തിലാണല്ലോ നിയന്ത്രണങ്ങൾ ഏർപ്പെടുത്തിയിരിക്കുന്നത്. എന്നാൽ ഈ മാനണ്ഡങ്ങൾക്കു പൂർണവിധേയമായി പ്രവർത്തിക്കുന്ന ജില്ലാസഹകരണബാങ്കുകൾക്ക് മറ്റു വാണിജ്യബാങ്കുകളോടു തുല്യമായ പ്രവർത്തനസ്വാതന്ത്ര്യം നല്കുന്നുണ്ടോ?*

കേന്ദ്രസർക്കാരിന്റെ ഇരട്ടത്താപ്പിന് ഏറ്റവും നല്ല ഉദാഹരണമാണ് ജില്ലാസഹകരണബാങ്കുകളോടുള്ള വിവേചനം. നോട്ടുകൾ റദ്ദാക്കിയ

തിന്റെ പിറ്റേന്ന് ഇറങ്ങിയ ഉത്തരവുപ്രകാരം ജില്ലാസഹകരണബാങ്കുകൾക്ക് റദ്ദാക്കിയ നോട്ടുകൾ നിയന്ത്രണങ്ങൾക്കു വിധേയമായി സ്വീകരിക്കാൻ മറ്റു ബാങ്കുകളെപ്പോലെ അവകാശമുണ്ടായിരുന്നു. ഇത് പ്രാഥമിക സഹകരണസംഘങ്ങൾക്കുകൂടി നല്കണമെന്ന് ആവശ്യപ്പെട്ടാണു പ്രധാനമന്ത്രിക്കു മുഖ്യമന്ത്രിയും കേന്ദ്രധനമന്ത്രിക്കു ഞാനും ഒക്കെ അടുത്തദിവസംതന്നെ കത്തയച്ചത്. മുഖ്യമന്ത്രിയും ഞാനും കേന്ദ്രധനമന്ത്രിയെ നേരിട്ടു കാണുകയും ചെയ്തു. ചില കാര്യങ്ങൾ അംഗീകരിച്ചു. മറ്റുചിലവ അനുഭാവപൂർവ്വം പരിഗണിക്കാമെന്നും പറഞ്ഞു. പക്ഷേ, പിറ്റേന്നു നേരെ തിരിച്ചുള്ള ഉത്തരവാണ് ഇറക്കിയത്! ജില്ലാ സഹകരണ ബാങ്കുകൾക്ക് ഉണ്ടായിരുന്നു മേല്പറഞ്ഞ അവകാശം എടുത്തുകളഞ്ഞു. ധനമന്ത്രിമാരുടെ യോഗത്തിനു പോയപ്പോഴും ഞാൻ ഇക്കാര്യങ്ങൾ സംസാരിച്ചു. കേരളത്തിലെ സഹകരണരംഗം ഇതരസംസ്ഥാനങ്ങളിലേതിൽനിന്നു വ്യത്യസ്തമാണെന്ന് അദ്ദേഹത്തെ ബോദ്ധ്യപ്പെടുത്തി. അത് അദ്ദേഹം ശരിവയ്ക്കുകയുംചെയ്തു. പക്ഷേ, തഥൈവ!

ജില്ലാ സഹകരണബാങ്കുകളുടെ പരാധീനതകൾ ചൂണ്ടിക്കാണിച്ച് ഒരു നിവേദനം സഹകരണമന്ത്രിയും ഞാനുംകൂടി കേന്ദ്രധനമന്ത്രിക്കു നല്കി. ഏറ്റവും കുറഞ്ഞത് 500 ഉം 1000 വും നോട്ടുകൾ ഡെപ്പോസിറ്റായി വാങ്ങാൻ അവകാശമുണ്ടായിരുന്ന കാലത്ത് ജില്ലാബാങ്കുകളുടെ കൈവശം വന്നുചേർന്ന പണം സംസ്ഥാനസഹകരണബാങ്കിൽ നിക്ഷേപിക്കാൻ അനുവാദം നല്കണമെന്നു ഞങ്ങൾ അഭ്യർത്ഥിച്ചു. അനുഭാവപൂർവം പരിഗണിക്കാമെന്നു പറഞ്ഞെങ്കിലും ഒരു നടപടിയും സ്വീകരിച്ചില്ല.

നോട്ടുനിരോധത്തിന്റെ പ്രത്യാഘാതങ്ങൾ കുറയ്ക്കാൻ സഹകരണ ബാങ്കുകളെക്കൂടി ഉപയോഗിക്കുകയാണു സാമാന്യയുക്തി ഉള്ളവർ ചെയ്യുക. കാരണം വാണിജ്യബാങ്കുകൾക്കെല്ലാമായി കേരളത്തിൽ 6,213 ശാഖകൾ ഉള്ളപ്പോൾ പ്രാഥമികസഹകരണസംഘങ്ങൾക്കാകട്ടെ 4800 ഓളം ശാഖകളുണ്ട്. ഇവയെക്കൂടി ജനങ്ങൾക്കു സമാശ്വാസം നല്കാൻ അണിനിരത്തിയാൽ നോട്ടുനിരോധംകൊണ്ട് ഉണ്ടായ പ്രതിസന്ധി എത്രയോ പരിഹരിക്കാൻ കഴിയും. എന്നാൽ ഇങ്ങനെയല്ല റിസർവ് ബാങ്കിന്റെ ചിന്ത. ഈ നിലപാട് അടിയന്തരമായി തിരുത്തിയേതീരൂ. അതിനു വലിയ പ്രക്ഷോഭംതന്നെ വേണ്ടിവന്നേക്കാം എന്നിടത്തേക്കാണു കാര്യങ്ങളെ കേന്ദ്രം നയിക്കുന്നത്. എന്തു വിലകൊടുത്തും കേരളജനത സഹകരണമേഖലയെ സംരക്ഷിക്കുകതന്നെ ചെയ്യും.

അതേസമയം, സഹകരണബാങ്കിങ്മേഖല മെച്ചപ്പെടുത്താനുള്ള ശ്രമത്തിലാണു നാം. സഹകരണ മേഖലയിലെ കാര്യക്ഷമത ഗണ്യമായി ഉയരേണ്ടതുണ്ട്. ജീവനക്കാരുടെ ഗുണനിലവാരം, നടത്തിപ്പിലെ കാര്യക്ഷമത, വായ്പ നൽകുന്നതിലും തിരിച്ചടവിന്റെ കാര്യത്തിലും പുലർത്തേണ്ട ജാഗ്രത, കണക്കു സൂക്ഷിക്കുന്നതിലെ കൃത്യത തുടങ്ങിയവയൊക്കെ മെച്ചപ്പെടേണ്ടതുണ്ട്. കമ്പ്യൂട്ടർവത്ക്കരണംപോലുള്ള ആധുനികീകരണവും പ്രൊഫഷണലിസവും വേണം. ഇതിനെല്ലാമുള്ള പരിഷ്ക്കാരങ്ങൾ കൊണ്ടുവരണം. വികസനസാദ്ധ്യതയും ജനകീയതയും നിലനിർ

ത്തി ഇത് എങ്ങനെ സാദ്ധ്യമാക്കാം എന്നതാണു കേരളസർക്കാർ നോക്കുന്നത്. അപ്പോഴാണീ പ്രശ്നം. ഈ ബുദ്ധിമുട്ടിക്കലും പേടിപ്പിക്കലും നമ്മുടെ സഹകരണമേഖലയെ എന്നെന്നേക്കുമായി ഇല്ലായ്മചെയ്യും.

? *സഹകരണമേഖലയുടെ കാര്യത്തിൽ സംസ്ഥാനസർക്കാർ എന്തിനാണ് ഇത്രയേറെ പ്രതിഷേധങ്ങൾ സംഘടിപ്പിച്ചത്? മറ്റു സംസ്ഥാനങ്ങളിലൊന്നും ഇങ്ങനെയൊരു പ്രക്ഷോഭം ഉണ്ടായതായി കണ്ടില്ലല്ലോ.*

ഇതിൽ രണ്ടാമത്തെ പ്രസ്താവം തെറ്റാണ്. തുടക്കത്തിൽ മറ്റു സംസ്ഥാനങ്ങളിലെ സഹകരണരംഗത്തു പ്രതിഷേധങ്ങൾ കേരളത്തിലെപ്പോലെ ഉണ്ടായില്ല എന്നതു നേരാണ്. എന്നാൽ ഇപ്പോൾ മോഡിയുടെ ഗുജറാത്തിലടക്കം സഹകാരികൾ പ്രക്ഷോഭത്തിലാണ്. ഏതാനും സംസ്ഥാനങ്ങളിൽ മാത്രമേ ശക്തമായ സഹകരണമേഖല ഉള്ളൂ എന്നതും രാജ്യവ്യാപകമായി പ്രക്ഷോഭം ഉയരാതിരിക്കാൻ കാരണമാണ്.

ഇനി, എന്തുകൊണ്ടു കേരളത്തിൽ പ്രക്ഷോഭം തുടക്കത്തിലേ ശക്തമായി എന്നത്. ഇതിന് ഉത്തരം കേരളത്തിലെ സഹകരണമേഖലയെപ്പറ്റി ഇതിനു മുമ്പുള്ള ചോദ്യങ്ങൾക്കു നല്കിയ മറുപടികളിലുണ്ട്. മറ്റേതു സംസ്ഥാനത്തേയുംകാൾ സുശക്തമാണു വായ്പാസഹകരണ സംഘങ്ങൾ. രാജ്യത്തെ മൊത്തം സഹകരണഡെപ്പോസിറ്റുകളുടെ പകുതി ഇവിടെയാണ്. എന്നാൽ ഇടിവെട്ടേറ്റവനെ പാമ്പുകടിച്ചു എന്നപോലെയാണു സഹകരണമേഖലയുടെ ഇപ്പോഴത്തെ സ്ഥിതി. ഒന്നാന്തരം ഇരുട്ടടി!

ഒരു ബദൽ വികസനമാതൃകയെക്കുറിച്ച് സഹകരണമേഖലയെ ഒഴിവാക്കിക്കൊണ്ടു ചിന്തിക്കാനാവില്ല. ഒരു ഉദാഹരണം പറയാം. കഴിഞ്ഞ എൽഡിഎഫ് ഭരണകാലത്ത് ഇ.എം.എസ്. ഭവനപദ്ധതി ആരംഭിച്ചു. തദ്ദേശസ്വയംഭരണസ്ഥാപനങ്ങൾക്ക് 3,000 കോടി രൂപയെങ്കിലും വായ്പയായി ലഭിച്ചാലേ സമ്പൂർണപാർപ്പിടപദ്ധതി നടപ്പിലാക്കാനാകൂ. വാണിജ്യബാങ്കുകൾ കൈമലർത്തി. എന്നാൽ സഹകരണബാങ്കുകൾ ഈ ദൗത്യം ഏറ്റെടുത്തു.

ഇപ്പോഴാകട്ടെ, സഹകരണമേഖലയിലുള്ള 40,000 കോടിയോളമുള്ള സ്ഥിരനിക്ഷേപം കിഫ്ബി വഴി സംസ്ഥാനത്തിന്റെ വികസനത്തിനു നിക്ഷേപമാക്കി മാറ്റാനുള്ള ആലോചനകൾ നടന്നുവരികയാണ്. ഈ സാദ്ധ്യതകളെയെല്ലാം അട്ടിമറിക്കുന്നതാണു കേന്ദ്രസർക്കാരിന്റെ നിലപാട്.

മറ്റൊന്നുകൂടി ഇത്തരുണത്തിൽ ഓർക്കേണ്ടതുണ്ട്. വാണിജ്യബാങ്കുകളുടെ പ്രാദേശികവേരുകളെല്ലാം അറ്റുകൊണ്ടിരിക്കുകയാണ്. എസ്.ബി.റ്റി.കൂടി കേരളത്തിനു നഷ്ടമായി. നമ്മുടെ മുൻഗണനാമേഖലകളിൽ വായ്പനൽകാൻ വിമുഖതയുള്ള വാണിജ്യബാങ്കുകളെമാത്രം ആശ്രയിക്കേണ്ടിവരുന്നത് വികസനത്തെ മൊത്തത്തിൽത്തന്നെ അപകടത്തിലാക്കും. നാം വളർത്തിക്കൊണ്ടുവരാൻ ശ്രമിക്കുന്ന ബദൽ വികസനസങ്കല്പത്തിൽ സഹകരണമേഖലയ്ക്കു വലിയ സ്ഥാനമാണു

ള്ളത്. അതിന്റെ കടയ്ക്കലാണ് ഈ അവസരം ഉപയോഗിച്ചു പുത്തൻ സാമ്പത്തികനയങ്ങളുടെ വക്താക്കൾ കത്തിവച്ചിരിക്കുന്നത്. ആ നയങ്ങളുടെ അജൻഡകൾ സ്വകാര്യബാങ്കിങ്രംഗവും മറ്റു സ്വകാര്യധന കാര്യസംവിധാനങ്ങളും യഥേഷ്ടം വളരാനും അവർക്കു ജനങ്ങളെ കൊള്ളചെയ്യാനും അവസരമൊരുക്കുക എന്നതാണല്ലോ. അതിനു വിഘാതമാണു സഹകരണപ്രസ്ഥാനം. അതുതൊണ്ടാണു സഹകരണ പ്രസ്ഥാനത്തിനെതിരായ പടപ്പുറപ്പാട്.

? *സഹകരണബാങ്കിൽ ധാരാളമായി കള്ളപ്പണം നിക്ഷേപിച്ചിട്ടുണ്ട് എന്നും അതുകൊണ്ടാണ് അവയെ സ്വതന്ത്രമായി കറൻസിവിനിമയവും നിക്ഷേപശേഖരണവും ബാങ്കിങ് പ്രവർത്തനവുമൊന്നും നടത്താൻ അനുവദിക്കാത്തത് എന്നുമാണു ബിജെപി നേതാക്കളും ചില കേന്ദ്രമന്ത്രിമാരും പറയുന്നത്. വാണിജ്യബാങ്കുകളിലെപ്പോലെ ഇടപാടുകാരുടെ തിരിച്ചറിയൽ രേഖകളുടെ അടിസ്ഥാനത്തിലല്ലാലെ (കെ.വൈ.സി തത്ത്വം പാലിക്കാതെ) നിക്ഷേപം സ്വീകരിക്കുന്നസ്ഥിതിക്ക് ഈ ആരോപണം ശരിയായിക്കൂടേ?*

കള്ളപ്പണം, കള്ളപ്പണം എന്ന വിളി ഒരു പിപ്പിടികൂട്ടലാണ്. കള്ളൻ, കള്ളൻ എന്നു വിളിച്ചുകൂവി ഓടുന്ന കള്ളൻ രക്ഷപ്പെടുന്നതുപോലെ ശ്രദ്ധ മുഴുവൻ സഹകരണമേഖലയിലേക്ക് ആകർഷിച്ചിട്ട് യഥാർത്ഥ കള്ളപ്പണക്കാരെയും വെളുപ്പിക്കലുകാരെയും രക്ഷിക്കാൻകൂടിയുള്ള ഒരു തന്ത്രം. ഇതിനുവേണ്ടിയും തൊട്ടുമുകളിലെ ചോദ്യത്തിനുള്ള ഉത്തരത്തിൽ പറഞ്ഞ അജൻഡ നടപ്പാക്കുന്നതിനു വേണ്ടിയുമാണ് കേന്ദ്രമന്ത്രിമാരടക്കം ചില ബിജെപി നേതാക്കൾ ഈ ആക്ഷേപം ഉയർത്തുന്നത്.

കള്ളപ്പണമില്ലെങ്കിൽ എങ്ങനെ ഒരു ലക്ഷത്തിൽപ്പരംകോടി രൂപയുടെ നിക്ഷേപം സാധാരണക്കാർ അംഗങ്ങളായുള്ള സഹകരണബാങ്കുകളിലുണ്ടായി എന്നാണു ബിജെപിക്കാർ ചോദിക്കുന്നത്? എങ്ങനെയാണു വാണിജ്യബാങ്കുകൾക്കു സഹകരണബാങ്കുകളേക്കാൾ മൂന്നിരട്ടി നിക്ഷേപമുണ്ടായത് എന്ന ചോദ്യത്തിന് അവർ മറുപടി പറയട്ടെ. നിക്ഷേപത്തിന്റെ സ്വഭാവത്തെക്കുറിച്ചു ധാരണ ഇല്ലാത്തതുകൊണ്ടാണ് ഇത്രയേറെ അത്ഭുതപരതന്ത്രരാകുന്നത്. ഡെപ്പോസിറ്റ് എന്നു പറയുമ്പോൾ പ്രാഥമിക ഡെപ്പോസിറ്റുകൾ മാത്രമല്ല, വായ്പ നല്കുമ്പോൾ സാധാരണഗതിയിൽ അതു മുഴുവൻ ക്യാഷായി ഉടനെ പിൻവലിക്കപ്പെടില്ല. വായ്പ വാങ്ങുന്ന ഒരാളുടെ പേരിൽ അക്കൗണ്ട് തുറന്ന് അതിലിടുകയാണു ചെയ്യുക. ഇത്തരം ഡെപ്പോസിറ്റ് അടക്കമുള്ള തുകയാണു ഒരു ലക്ഷത്തിൽപ്പരം കോടി രൂപ. എല്ലാ ബാങ്കുകളിലേയും സ്ഥിതി ഇതുതന്നെയാണ്.

നോട്ടുനിരോധം കഴിഞ്ഞ് ആദ്യത്തെ നാലുദിവസംകൊണ്ട് സഹകരണബാങ്കുകളിൽ 9,000 കോടി രൂപയ്ക്കുള്ള പഴയനോട്ട് നിക്ഷേപമായി വന്നുവെന്നും അതിൽ 1,000 കോടി രൂപ കേരളത്തിൽ ആണെന്നും കള്ളപ്പണത്തിനു തെളിവായി പറയുന്നു. ബിജെപിക്കാർ പറഞ്ഞു പ്രചരിപ്പിക്കുന്ന തുക 16,000 കോടി രൂപ സഹകരണ ബാങ്കുകളിൽ

നിക്ഷേപിക്കപ്പെട്ടു കഴിഞ്ഞൂവെന്നാണ്. ഇതും ശരിയായിരിക്കാം. പക്ഷേ 14 ലക്ഷംകോടി രൂപയുടെ പഴയ നോട്ടുകൾ തിരച്ചുവന്ന ഒരു രാജ്യ ത്താണ് 16,000 കോടിയുടെ ഈ കഥ പറയുന്നത്. രാജ്യത്തെ സഹകരണ ഡെപ്പോസിറ്റുകളിൽ 70 ശതമാനം വിഹിതം ഡെപ്പോസിറ്റുള്ള കേരളത്തിൽ 1,000 മോ 2,000 മോ കോടിയുടെ പഴയ നോട്ട് വന്നെങ്കിൽ അതിലെന്താണിത്ര അത്ഭുതപ്പെടാനുള്ളത്? ഈ കുപ്രചരണങ്ങളി ലൊന്നും കേരളത്തിലെ ജനങ്ങൾ വീഴില്ല.

സഹകരണബാങ്കുകളിൽ പണം ഡെപ്പോസിറ്റു ചെയ്യുന്നതിനു പാൻ അല്ലെങ്കിൽ മറ്റേതെങ്കിലും തിരിച്ചറിയിൽകാർഡ് കൂടിയേതീരൂ. പ്രാഥമികസംഘങ്ങളിലെ നിക്ഷേപകരെല്ലാം ആ ചുറ്റുവട്ടത്തുള്ളാവ രായിരിക്കും. എല്ലാവർക്കും അന്യോന്യം അറിയാം. അപ്പോൾപ്പിന്നെ ഔപചാരികമായി 'നോ യുവർ കസ്റ്റമർ' രേഖയുടെയൊന്നും ആവശ്യ മില്ല. ഇനി അവ ഔപചാരികമായി റെക്കോർഡ് ചെയ്തേതീരൂ എന്നുണ്ടെ ങ്കിൽ അതിന് ഒരു എതിർപ്പും സഹകരണമേഖലയിൽ ഉണ്ടാവില്ല. യഥാർത്ഥതർക്കവിഷയം വൈദ്യനാഥൻ കമ്മിഷൻ ശുപാർശകൾ സംബന്ധിച്ചാണ്. ഈ കാതലായ വിഷയത്തിലെ അഭിപ്രായവ്യത്യാസം മറച്ചുവച്ചുകൊണ്ട് തിരിച്ചറിയൽ വിവരശേഖരം സംബന്ധിച്ചാണു തർക്കം എന്ന പുകമറ സൃഷ്ടിക്കാനാണു നോക്കുന്നത്.

ഇനി സഹകരണബാങ്കുകളിൽ ആരെങ്കിലും കള്ളപ്പണം നിക്ഷേപി ച്ചിട്ടുണ്ടെന്നുതന്നെ ഇരിക്കട്ടെ. ഇതിനു സഹകരണബാങ്കുകളുടെ പണമിടപാടുകൾ മരവിപ്പിക്കുന്നത് എങ്ങനെ പരിഹാരമാകും? സംശയാ സ്പദമായ കേസുകൾ സംബന്ധിച്ച് എൻഫോഴ്സ്മെന്റ് വിശദമായ പരിശോധന നടത്തിയാൽ പോരേ? ഒന്നോ രണ്ടോ മാസം വൈകിയാലും രേഖകൾ അവിടെത്തന്നെ ഉണ്ടാവുമല്ലോ. വാണിജ്യബാങ്കുകളിൽ നിന്നല്ലേ ഇപ്പോൾ കള്ളപ്പണം മുഴുവൻ വെളുപ്പിച്ചുകൊണ്ടിരിക്കുന്നത്? അവിടുന്നല്ലേ നൂറുകണക്കിനുകോടി രൂപയുടെ പുതിയ നോട്ടുകൾ കള്ളപ്പണക്കാരുടെ കൈവശം എത്തിച്ചേർന്നത്? അപ്പോൾ, അതൊന്നു മല്ല കാര്യം. ഇതുതന്നെ അവസരം എന്നു നിശ്ചയിച്ചു സഹകരണമേ ഖലയെ തകർക്കാനാണു കേന്ദ്രവും മറ്റു തല്പരകക്ഷികളും ശ്രമിക്കു ന്നത്.

പലതും പറഞ്ഞ് സഹകരണബാങ്കുകളെ തകർക്കാൻ നടത്തുന്ന ശ്രമമാണു നാം ഇപ്പോൾ കാണുന്നത്. ഇവരുടെ ഗോഗ്വാവിളികൾ കേട്ടാൽ തോന്നുക, സഹകരണബാങ്ക് എന്നു പറഞ്ഞാൽ മുഴുവൻ കള്ളപ്പണ മാണ്, വാണിജ്യബാങ്കുകൾ പരമശുദ്ധരും എന്നാണ്. സഹകരണബാങ്കു കളിൽ കള്ളപ്പണം നിക്ഷേപിക്കപ്പെട്ടിട്ടില്ല എന്നൊന്നും എനിക്കു പറയാനാവില്ല. പക്ഷെ, കള്ളപ്പണം തിരിമറിചെയ്യപ്പെടുന്നതു വാണിജ്യ ബാങ്കുകളിലൂടെയാണ്. കള്ളപ്പണം വെളുപ്പിക്കുന്നതിനുള്ള വൈവിദ്ധ്യ മാർന്ന മാർഗ്ഗങ്ങൾ പഠിക്കണമെങ്കിൽ രണ്ടാമദ്ധ്യായത്തിൽ പറഞ്ഞ, *കോബ്രപോസ്റ്റി*ന്റെ റിപ്പോർട്ടർമാർ ന്യൂജെനറേഷൻ ബാങ്കുകളിലെ മാനേജർമാരുംമറ്റുമായി നടത്തിയ രഹസ്യസംഭാഷണങ്ങളുടെ വിവരണം ഒരിക്കൽക്കൂടി വായിക്കുക.

7

എന്തു ചെയ്തു?

? *പ്രതിസന്ധി നേരിട്ടപ്പോൾ കേരളസർക്കാർ ജനങ്ങൾക്ക് ആശ്വാസം പകരുന്നതിനുപകരം ഭീതി പടർത്തി എന്നൊരു ആരോപണം ഉണ്ടല്ലോ. അതിനെക്കുറിച്ച് എന്താണ് പ്രതികരണം?*

ഇതു സംഘികൾ പ്രചരിപ്പിച്ച ഒരു ആരോപണമാണ്. അത് അവരുടെ രീതിയാണ്. നുണകൾ പ്രചരിപ്പിക്കുക. ജവാഹർലാൽ നെഹ്രു പ്രധാനമന്ത്രിയായിരിക്കെ രാജ്യത്തെ മുഖ്യമന്ത്രിമാർക്കു പതിവായി കത്തയയ്ക്കുമായിരുന്നു. ഗാന്ധിജിയുടെ വധത്തെത്തുടർന്ന് അയച്ച ഒരു കത്തിൽ അദ്ദേഹം ആർ.എസ്.എസിനെ വിശേഷിപ്പിച്ചത് 'റൂമർ സ്പ്രെഡിങ് സൊസൈറ്റി' എന്നാണ്. കിംവദന്തികൾ പ്രചരിപ്പിക്കുന്ന സംഘം എന്നർത്ഥം. അദ്ദേഹം അവരുടെ ഇത്തരം പ്രവർത്തനശൈലി യെപ്പറ്റി ആ കത്തിൽ വിശദീകരിക്കുകയും ചെയ്തു. 'നുണകൾ പ്രചരിപ്പിച്ചു സമൂഹത്തിൽ തെറ്റുധാരണ പടർത്തി കലാപങ്ങളും മറ്റും സംഘടിപ്പിക്കുകയാണ് അവരുടെ രീതി. അവർ ചെയ്യാൻ ഉദ്ദേശിക്കുന്നത് പറയുകയില്ല; പറയുന്നത് ചെയ്യുകയുമില്ല' ഇതായിരുന്നു നെഹ്രുവിന്റെ വിശദീകരണം. ആർ.എസ്.എസിനെപ്പറ്റി ഇത്ര കൃത്യവും സൂക്ഷ്മവുമായ ഒരു നിരീക്ഷണം വേറെ ഉണ്ടായിട്ടുണ്ടോ എന്നു സംശയമാണ്. അവർ പ്രചരിപ്പിച്ച കിംവദന്തികൾ അഥവാ നുണകളാണ് കേരളസർക്കാർ ഒന്നും ചെയ്തില്ല എന്നതും ഭീതിപടർത്തി എന്നതും.

സത്യം പറഞ്ഞാൽ നോട്ടുനിരോധം ഇത്തരത്തിലെല്ലാമുള്ള പ്രശ്നങ്ങൾ ഉണ്ടാക്കുമെന്ന് ആദ്യം തിരിച്ചറിഞ്ഞ സംസ്ഥാനം കേരളമാണ്. പാവങ്ങൾ നേരിടാൻപോകുന്ന പ്രശ്നങ്ങൾ ഈ പ്രഖ്യാപനം വന്ന ദിവസംതന്നെ ജനങ്ങളെ ജാഗ്രതപ്പെടുത്തിയതും കേരളസർക്കാരാണ്. അതു ഭീതിപടർത്തൽ അല്ലല്ലോ. കൊടുങ്കാറ്റ് ഉണ്ടാകാൻപോകുന്നു,

മീൻപിടുത്തക്കാർ കടലിൽ പോകരുത്, കടപ്പുറത്തുള്ളവർ സുരക്ഷാകേന്ദ്രത്തിലേക്കു മാറണം എന്നു പറയുന്നതു ഭീതി പടർത്തലാണോ ജനങ്ങളുടെ ജീവൻ രക്ഷിക്കലാണോ? ജനങ്ങൾക്ക് ഇത്രയേറെ ബുദ്ധിമുട്ടുണ്ടാക്കുന്ന നടപടിയെ കണ്ടില്ലെന്നുനടിക്കാനോ ലഘൂകരിച്ചു കാണാനോ അല്ല, തുറന്നെതിർക്കാൻതന്നെയാണു കേരളം തയ്യാറായത്. ഈ രാഷ്ട്രീയംതന്നെയാണ് ഏറ്റവും പ്രധാനപ്പെട്ടത്. യഥാർത്ഥത്തിൽ കേന്ദ്രം ചെയ്ത ദ്രോഹത്തിനു സമാശ്വാസംകൊണ്ടു മറുപടി പറയുകയായിരുന്നു കേരളം.

വാസ്തവത്തിൽ കേന്ദ്രനടപടിമൂലം ധനസ്ഥിതിയിൽ വരുന്ന മാന്ദ്യം പരിഹരിക്കാൻ മാർഗ്ഗമൊന്നുമില്ല. ഇത്തരമൊരു സാഹചര്യത്തിൽ നികുതികളും ഫീസുകളും കൃത്യമായി അടച്ചുകൊള്ളണമെന്നു ജനങ്ങളെ നിർബ്ബന്ധിക്കാൻ ഇടതുപക്ഷസമീപനമുള്ള ഒരു സർക്കാരിന് ആവില്ല. അതുകൊണ്ട് ആദ്യദിവസങ്ങളിൽത്തന്നെ ഒട്ടനവധി ആശ്വാസ നടപടികൾ പ്രഖ്യാപിക്കുകയാണ് ഈ സർക്കാർ ചെയ്തത്. വൈദ്യുതിച്ചാർജ്ജും വെള്ളക്കരവും അടക്കമുള്ള വിവിധ സേവനങ്ങളുടെ ചാർജ്ജുകളും നികുതികളും ഫീസുകളും നവംബർ 30 വരെ പിഴകൂടാതെ സ്വീകരിക്കാൻ നിർദ്ദേശം നൽകി. ഇതു പിന്നെയും നീട്ടിനല്കി. സർക്കാരിലേക്ക് അടയ്ക്കേണ്ട നികുതികളും ഫീസുകളും കേന്ദ്രം അനുവദിച്ചിരിക്കുന്ന സമയപരിധിവരെ നിരോധിച്ച നോട്ടുകളിലും സ്വീകരിക്കാൻ ഉത്തരവിറക്കി. സഹകരണബാങ്കുകളിൽനിന്നു ജനങ്ങൾ എടുത്ത വായ്പകൾക്കു മോറട്ടോറിയം പ്രഖ്യാപിച്ചു. ജപ്തിനടപടികൾ നിർത്തിവയ്പിച്ചു.

തൊട്ടടുത്തദിവസം കെഎസ്എഫ്ഇയും നവംബർ 30 വരെ വിവിധ ആശ്വാനടപടികൾ പ്രഖ്യാപിച്ചു. ഈ കാലയളവിൽ ചിട്ടിത്തവണ അടയ്ക്കുന്നതി!ൽ വീഴ്ച വരുത്തുന്നവർ അടയ്ക്കേണ്ട വീതപ്പലിശ പിടിക്കില്ല. ചിട്ടിത്തവണ അടയ്ക്കുന്നതിൽ ഈ കാലയളവിൽ വീഴ്ച വരുത്തിയാൽ പലിശയും ഈടാക്കില്ല. വായ്പാപദ്ധതികളിന്മേലുള്ള പിഴപ്പലിശയ്ക്കും ഇളവു പർഖ്യാപിച്ചു.

അസംഘടിതമേഖലയിലെ തോട്ടംതൊഴിലാളികൾക്കും മറ്റും കളക്ടർ വഴി വേതനം നൽകാൻ ഏർപ്പാടുണ്ടാക്കി. മിക്ക വകുപ്പുകളും സമാനമായ ആശ്വാനടപടികൾ പ്രഖ്യാപിച്ചു. മറ്റു സംസ്ഥാനങ്ങൾക്കെല്ലാം മുമ്പേ ഇത്തരം ആശ്വാസനടപടികൾ കൈക്കൊണ്ടതു കേരളമാണ്. സഹകരണമേഖലയുടെ പ്രതിസന്ധിക്കു സമാശ്വാസം കണ്ടെത്താൻ സാദ്ധ്യമായ എല്ലാ നടപടികളും സ്വീകരിച്ചു. ഇതെല്ലാം ചെയ്തതും ജനങ്ങളെ അറിയിച്ചതുമാണു ഭീതിപടർത്തലായി അക്കൂട്ടർ പ്രചരിപ്പിച്ചത്.

? *ശമ്പളവും പെൻഷനും തമിഴ്നാട്ടിൽ പനീർ ശെൽവം അക്കൗണ്ടിൽ ഇട്ടുകൊടുത്തു, കേരളത്തിൽ തോമസ് ഐസക് പണം നൽകാതെ*

പരിഭ്രാന്തി പരത്തുകയായിരുന്നു എന്നാണു സംഘികൾ പ്രചരിപ്പിച്ചത്. ഈ പ്രചരണങ്ങളുടെ നിജസ്ഥിതി എന്താണ്?

സത്യത്തിൽ ഇതു കേട്ടു ഞാൻ തലയറഞ്ഞുചിരിച്ചു! ആ ആക്ഷേപം ഒറ്റദിവസംകൊണ്ടു പൊളിഞ്ഞില്ലേ? അവർ നുണകൾ ബോധപൂർവ്വം പ്രചരിപ്പിക്കുന്നവരും ആളുകളിൽ ആശയക്കുഴപ്പം ഉണ്ടാക്കി മുതലെടുപ്പു നടത്തുന്നവരും ആണെന്ന് ഒരിക്കൽക്കൂടി ജനങ്ങൾക്കു ബോദ്ധ്യമായി. കേരളത്തിന്റെ പ്രശ്നങ്ങളിൽ ഓരോരുത്തരും എവിടൊക്കെ നിൽക്കുന്നുവെന്നും വെളിപ്പെട്ടു.

എങ്കിലും ആരെങ്കിലും ഇപ്പോഴും അങ്ങനെ ധരിച്ചുവച്ചിട്ടുണ്ടെങ്കിൽ അവർക്കുവേണ്ടി ഒരിക്കൽക്കൂടി വിശദീകരിക്കാം. ജീവനക്കാരുടെയും പെൻഷൻകാരുടെയും അക്കൗണ്ടുകളിലേക്ക് ഒന്നു മുതൽ ഏഴു വരെയുള്ള പ്രവൃത്തിദിവസങ്ങളിലായി പണം കൈമാറുകയാണു മുമ്പുമുതലേയുള്ള രീതി. അവിടെനിന്ന് അവർ ആവശ്യാനുസരണം പിൻവലിക്കും. അഞ്ചരലക്ഷം ശമ്പളയക്കൗണ്ടുകൾ വാണിജ്യബാങ്കുകളിലാണ്. നാലരലക്ഷം വരുന്ന പെൻഷൻശമ്പള അക്കൗണ്ടുകൾ ട്രഷറിയിലും. എന്നാൽ, അതിൽനിന്നു പണം പിൻവലിക്കണമെങ്കിൽ ബാങ്കിലായാലും ട്രഷറിയിലായാലും കറൻസി റിസർവ്വ് ബാങ്ക് നൽകണം.

ഡിസംബർ മാസവും ഇവർക്കെല്ലാം ശമ്പളവും പെൻഷനും പൂർണ്ണമായും നൽകാൻ വേണ്ട പണം സർക്കാരിന്റെ അക്കൗണ്ടിൽ ഉണ്ടായിരുന്നു. പതിവുപോലെ പണം ശമ്പളക്കാരുടെയും പെൻഷൻകാരുടെയും അക്കൗണ്ടുകളിലേയ്ക്ക് തടസ്സമൊന്നും ഇല്ലാതെ സർക്കാർ കൈമാറിയിട്ടുമുണ്ട്. അതിൽനിന്ന് ആഴ്ചയിൽ 24,000 രൂപവീതമേ പെൻഷൻകാർക്കും ശമ്പളക്കാർക്കും നൽകാവൂ എന്നു നിയന്ത്രണം വച്ചതു റിസർവ്വ് ബാങ്കാണ്. ആ നിരക്കിൽ നൽകാനുള്ള കറൻസിപോലും യഥാസമയം ബാങ്കുകൾക്കും ട്രഷറികൾക്കും നൽകാത്തതും റിസർവ്വ് ബാങ്കാണ്.

കറൻസി ഇല്ലാത്തതുമൂലം പണം പിൻവലിക്കാനാവാത്ത സാഹചര്യം ഉണ്ടാകാതിരിക്കാൻ നവംബർ 13 നുതന്നെ കേന്ദ്രധനമന്ത്രിയുമായി ഡൽഹിയിൽ ഞാൻ ചർച്ച നടത്തി. നോട്ടുപിൻവലിക്കലിന്റെ എല്ലാ കാര്യങ്ങളിലും എന്നപോലെ ഇതിലും മൗനമായിരുന്നു മറുപടി. 20 നു വീണ്ടും കണ്ടു. ഇതിനൊന്നും ഫലമില്ലാതെ വന്നപ്പോൾ 24 ന് അരുൺ ജയ്റ്റ്ലിക്ക് വിശദമായ കത്ത് അയച്ചു. ശമ്പളം കള്ളപ്പണമല്ലെന്ന് ഓർമ്മിപ്പിക്കുകയും അതുകൊണ്ട് അതു മുഴുവനായി പിൻവലിക്കാൻ അവരെ അനുവദിക്കണമെന്ന് ആവശ്യപ്പെടുകയും ചെയ്തു. സാധാരണ ശമ്പള വിതരണം നടക്കുന്ന ആദ്യഏഴുപ്രവൃത്തിദിവസങ്ങളിൽ ഓരോദിവസവും എത്രകോടിരൂപയുടെവീതം കറൻസി ബാങ്കുകൾക്കും ട്രഷറികൾക്കും ലഭ്യമാക്കണം എന്നതിന്റെ വിശദമായ കണക്കും നൽകി. റിസർവ്വ് ബാങ്കിനെയും അറിയിച്ചു. എന്നാൽ അനുവദിക്കപ്പെട്ടില്ല! സ്രോതസിൽ നികുതി പിടിച്ചുകഴിഞ്ഞു നിയമവിധേയമായി നൽകുന്ന ശമ്പളത്തിലും

പെൻഷനിലും എന്തു കള്ളപ്പണമാണുള്ളത്! അതു കൊടുക്കുന്നതിന് എന്തിന്റെ അടിസ്ഥാനത്തിലാണു തടസം ഉണ്ടാക്കുന്നത് എന്നതിനു കേന്ദ്രം മറുപടി പറയുന്നില്ല.

പത്രക്കാരോടു പ്രതികരിച്ചുകൊണ്ടാണ് 27 നോ 28 നോ ജെയ്റ്റ്ലി ഇതിനു മറുപടി നൽകിയത്. പണം മാറിയെടുക്കുന്നതിനുള്ള നിയന്ത്രണം ശമ്പളത്തിലും നിലനിൽക്കും എന്നതായിരുന്നു ഉത്തരം. ഇതേ സമയം 28 ന് റിസർവ്വ് ബാങ്കിന്റെ പുതിയ നോട്ടിഫിക്കേഷൻ പുറത്തിറങ്ങി, സാധുവായ കറൻസിയിൽ 29 നോ അതിനു ശേഷമോ നടത്തുന്ന നിക്ഷേപങ്ങൾ പൂർണ്ണമായി പിൻവലിക്കാം എന്ന്. ശമ്പളവും പെൻഷനും അക്കൗണ്ടുകളിൽ നിക്ഷേപിക്കുന്നത് ഒന്നാം തീയതി മുതലാണ്. അതുകൊണ്ട് ഈ സർക്കുലർ പ്രകാരമുള്ള പിൻവലിക്കൽ അവകാശം ശമ്പളത്തിനും പെൻഷനും നൽകണം എന്ന് ആവശ്യപ്പെട്ട് ധനകാര്യ സെക്രട്ടറി കേന്ദ്രധനവകുപ്പുസെക്രട്ടറിയെ ബന്ധപ്പെട്ടു. ഉത്തരം ലഭിക്കാതായപ്പോൾ ഇത് ആവശ്യപ്പെട്ടുകൊണ്ട് 29 ന് റിസർവ്വ് ബാങ്കിനു വീണ്ടും കത്ത് എഴുതി. ആവശ്യത്തിനു കറൻസി ലഭ്യമാക്കണമെന്നും അഭ്യർത്ഥിച്ചു.

ഇതിനൊന്നിനും മറുപടി ലഭിക്കാതെ വന്നപ്പോഴാണ് നിലപാടു വ്യക്തമാക്കിയേ മതിയാകൂ എന്ന് ആവശ്യപ്പെട്ടുകൊണ്ട് സംസ്ഥാനത്തെ റിസർവ്വ് ബാങ്കിന്റെയും ബന്ധപ്പെട്ട മറ്റു ബാങ്കുകളുടെയും മേധാവികളുടെ യോഗം വിളിച്ചത്. ആ യോഗത്തിൽ അവർ വിചിത്രമായൊരു ആവശ്യം ഉന്നയിച്ചു, പിൻവലിക്കൽ 15,000 രൂപയിൽ ഒതുക്കണം. സാധിക്കില്ലെന്ന കർശന നിലപാടാണ് സംസ്ഥാനസർക്കാർ സ്വീകരിച്ചത്. കേന്ദ്രം ഉറപ്പു നൽകിയ അവകാശമാണ് 24,000 രൂപ. അത്രയും നൽകാനുള്ള ബാദ്ധ്യത കേന്ദ്രത്തിനുണ്ട്. അതു നൽകിയേതീരൂ. അതിനുള്ള തുക അന്നന്നു കിട്ടിയേതീരൂ. ഒടുവിൽ അതു സമ്മതിപ്പിച്ചാണു യോഗം പിരിഞ്ഞത്. എന്നാൽ, അതു പാലിക്കുന്നതിൽ അവർ ദയനീയം പരാജയപ്പെട്ടു.

എങ്കിലും നവംബർ 13 മുതൽ നടത്തുന്ന ഈ സമ്മർദ്ദങ്ങൾ ഫലം ചെയ്തു. മറ്റു സംസ്ഥാനങ്ങളെക്കാൾ മെച്ചപ്പെട്ട നിലയിൽ ശമ്പളവും പെൻഷനും വിതരണം ചെയ്യാനുള്ള കറൻസി എത്തിക്കാൻ റിസർവ്വ് ബാങ്ക് നിർബ്ബന്ധിതരായി. ഇതരസംസ്ഥാനങ്ങളിൽനിന്നു വ്യത്യസ്തമായി കേരളത്തിൽ എല്ലാവർക്കും 24,000 രൂപവച്ചു പിൻവലിക്കാനായി. മറ്റു പല സംസ്ഥാനത്തും 2000 ഉം 5000 ഉം 10000 ഉം ഒക്കെവീതം കൊടുത്തപ്പോൾ 24000 ആവശ്യപ്പെട്ടവർക്കെല്ലാം അതിനുള്ള അവരുടെ അവകാശം സംരക്ഷിച്ച് ആ നിരക്കിൽ കൊടുത്തതു കേരളത്തിലാണ്. ട്രഷറികളിൽ ഇതു കൃത്യമായി പാലിക്കപ്പെട്ടു. ബാങ്കുകളാണു ചിലയിടങ്ങളിൽ കുറച്ചു തുകവാങ്ങി തൃപ്തിപ്പെടാൻ ഇടപാടുകാരെ നിർബ്ബന്ധിച്ചത്. നാട്ടിൽ നടക്കുന്ന ഇത്തരം കാര്യങ്ങൾ അറിയാത്തവരും ഇതിനൊക്കെ നേരെ കണ്ണടയ്ക്കുന്നവരുമാണ് സർക്കാർ ഒന്നും ചെയ്തില്ലെന്നു പുലമ്പുന്നത്.

ഒരുകാര്യം അഭിമാനത്തോടെ പറയാം. മറ്റു സംസ്ഥാനങ്ങളെ അപേക്ഷിച്ചു ഭംഗിയായി കാര്യങ്ങൾ നടന്നത് കേരളത്തിലാണ്. ദേശീയ മാദ്ധ്യമങ്ങളിലെ വാർത്തകൾകൂടി വായിച്ചാൽ ഇതു മനസിലാകും.

? *സഹകരണമേഖലയുടെ വിശ്വാസ്യത ചോർന്നുപോകാതിരിക്കാൻ സംസ്ഥാനസർക്കാർ എന്തൊക്കെയാണു ചെയ്തത്? ചെയ്യുന്നത്?*

ദിവസങ്ങൾക്കകം സംസ്ഥാന, ജില്ലാ സഹകരണബാങ്കുകളുടെ ഭാരവാഹികളുടെ യോഗം വിളിച്ചുചേർത്ത് പരിഹാരം ആലോചിച്ചു. ജപ്തിനടപടികൾ നിർത്തിവച്ചു. വായ്പകൾക്കു മോറട്ടോറിയം അടക്കം നിരവധി ആശ്വാസങ്ങൾ പ്രഖ്യാപിച്ചു. സഹകരണബാങ്കുകളോടുള്ള വിവേചനം അവസാനിപ്പിക്കണമെന്ന് അർഭ്യർത്ഥിച്ച് മുഖ്യമുന്ത്രിയും ധനമന്ത്രിയുംകൂടി കേന്ദ്രധനമന്ത്രിയെ കണ്ടു. മുഖ്യമന്ത്രിയുടെ നേതൃത്വത്തിൽ മന്ത്രിമാർ മുഴുവൻ റിസർവ് ബാങ്കിനു മുമ്പിൽ സത്യാഗ്രഹമിരുന്നു. സംസ്ഥാനനിയമസഭ വിളിച്ചുചേർത്ത് ഏകകണ്ഠമായി പ്രമേയം പാസ്സാക്കി. സഹകരണ പ്രതിസന്ധിയുടെ കാര്യകാരണങ്ങളെക്കുറിച്ച് ജനങ്ങളെ ബോധവത്ക്കരിക്കാൻ വലിയ കാമ്പയിനു രൂപം നല്കി.

ഇത്തരത്തിലുള്ള ജനകീയസമ്മർദ്ദം ഉയർത്തുക മാത്രമല്ല പ്രായോഗികപരിഹാരങ്ങളും തേടുകയുണ്ടായി. പ്രാഥമിക സഹകരണസംഘങ്ങളിൽനിന്ന് ഒരു പണവും പിൻവലിക്കാൻ പറ്റാത്ത അവസ്ഥ മറികടക്കാൻ ഇടപാടുകാരുടെ പേരിൽ ജില്ലാ ബാങ്കുകളിൽ മിറർ അക്കൗണ്ട് തുറക്കുന്നതിനും അതുവഴി പണം പിൻവലിക്കുന്നതിനുമുള്ള സ്കീം തയ്യാറാക്കി. ഇതൊക്കെ ചെയ്തിട്ടും സഹകരണമേഖലയിലെ നിക്ഷേപകരിൽ ആശങ്ക പടരുന്നു എന്നു മനസിലായതോടെ അതു ലഘൂകരിക്കാൻ സംസ്ഥാനത്ത് സഹകരണബാങ്കുകളിലെ മുഴുവൻ നിക്ഷേപത്തിന്റെയും പൂർണ്ണ ഉത്തരവാദിത്വം സംസ്ഥാനസർക്കാർ ഏറ്റെടുക്കുന്നതായി പ്രഖ്യാപിച്ചു. ഇങ്ങനെയെല്ലാം സഹകരണ മേഖലയെ സംരക്ഷിക്കാനും ജനങ്ങളിലെ ആശങ്ക അകറ്റാനുമുള്ള നടപടികളാണു കേരളസർക്കാർ സ്വീകരിച്ചുവരുന്നത്.

8

ക്യാഷ്‌ലെസ് സമ്പദ്ഘടന

? *ഇപ്പോൾ ക്യാഷ്‌ലെസ് സമ്പദ്ഘടനയെക്കുറിച്ചാണല്ലോ കൂടുതൽ പ്രഖ്യാപനങ്ങളും ഉത്തരവുകളും കേൾക്കുന്നത്. നോട്ട് നിരോധിച്ചത് ക്യാഷ്‌ലെസ് സമ്പദ്ഘടന ഉണ്ടാക്കാൻവേണ്ടി ആയിരുന്നോ?*

നവംബർ 8 ന്റെ പ്രധാനമന്ത്രിയുടെ പ്രസംഗത്തിൽ ഒരുതവണ പോലും ക്യാഷ്‌ലെസ് സമ്പദ്ഘടനയെക്കുറിച്ചു പറഞ്ഞിരുന്നില്ല. കള്ള നോട്ടിൽനിന്നും കള്ളപ്പണത്തിൽനിന്നും രാജ്യത്തെ രക്ഷിക്കാനാണു നോട്ടുനിരോധം എന്നാണു വിശദീകരിച്ചത്. കള്ളപ്പണമെന്നത് 18 പ്രാവശ്യമാണ് അദ്ദേഹം ആവർത്തിച്ചത്. കള്ളനോട്ട് 5 തവണയും. ജപ്പാൻസന്ദർശനം കഴിഞ്ഞു തിരിച്ചുവന്നപ്പോഴേക്ക് നോട്ടുനിരോധം കൈവിട്ടുള്ള കളിയാണെന്നു വ്യക്തമായി. തുടർന്ന് നോട്ട് റദ്ദാക്കലിന്റെ വ്യാഖ്യാനത്തിൽ പതുക്കെപതുക്കെ അദ്ദേഹം മാറ്റം വരുത്താൻ തുടങ്ങി. പാക്കിസ്താൻ അടിച്ചുകൊണ്ടുവരുന്ന കള്ളനോട്ടുകളെക്കുറിച്ചുള്ള പരാമർശങ്ങൾ കുറഞ്ഞുകുറഞ്ഞ് ഇല്ലാതായി. അതേസമയം ക്യാഷ്‌ലെസ് സമ്പദ്ഘടനയെക്കുറിച്ചുള്ള പരാമർശങ്ങൾ വർദ്ധിക്കാനും തുടങ്ങി. നവംബർ 20 ന്റെ പ്രസംഗത്തിൽ ക്യാഷ്‌ലെസ് / ഡിജിറ്റലും കള്ളപ്പണവും മൂന്നു പ്രാവശ്യംവീതം പരാമർശമുണ്ടായി. നവംബർ 27 ന്റെ *മൻ കി ബാത്ത്* റേഡിയോപ്രഭാഷണം ആയപ്പോഴേക്കും കള്ളനോട്ടെന്ന വാക്കേ ഇല്ലാതായി. പ്രഭാഷണം ഏതാണ്ടു പൂർണമായും ക്യാഷ്‌ലെസ് സമ്പദ്ഘടനെക്കുറിച്ചും ആ ലക്ഷ്യം കൈവരിക്കുന്നതിൽ യുവജനങ്ങളുടെ പങ്കിനെക്കുറിച്ചുമാണ്. ഇതിനെത്തുടർന്ന് ഡിജിറ്റൽ പണമിടപാടുകൾ പ്രോത്സാഹിപ്പിക്കാൻവേണ്ടി ഒട്ടേറെ ആനുകൂല്യങ്ങൾ ധനമന്ത്രി പ്രഖ്യാപിച്ചു. നീതി ആയോഗ് ഇത്തരത്തിലുള്ള പണമിടപാടുകാർക്കുവേണ്ടി ലോട്ടറി തുടങ്ങാൻ തീരുമാനിച്ചു. ഇന്നിപ്പോൾ നോട്ട് റദ്ദാക്കിയത്

ക്യാഷ്‌ലെസ് ഇക്കോണമിയിലേക്ക് ഇന്ത്യയെ പരിവർത്തിപ്പിക്കാനാണെന്ന മട്ടിലാണു പ്രചാരണം.

കള്ളനോട്ട് അധികം കാറ്റു പിടിക്കില്ല എന്നു വ്യക്തമായിരുന്നു. മുമ്പു പല പ്രാവശ്യം വിശദീകരിച്ചുള്ളപോലെ കള്ളനോട്ട് ഇല്ലാതാക്കാൻ പൊടുന്നനെ നോട്ട് റദ്ദാക്കേണ്ടതില്ലല്ലോ. കള്ളപ്പണത്തിന്റെ കാര്യം മല എലിയെ പ്രസവിച്ചതുപോലെയുമായി. രാജ്യത്തിനുണ്ടാകുന്ന പൊതുനഷ്ടത്തിന്റെയോ അല്ലെങ്കിൽ മൊത്തത്തിലുള്ള കള്ളപ്പണത്തിന്റെയോ എത്രയോ ചെറിയ ഭാഗം തുകയ്ക്കുള്ള കള്ളപ്പണമാണു പിടിച്ചെടുക്കാൻ കഴിയുന്നത്. അതുകൊണ്ട് ഇപ്പോഴത്തെ പുതിയ ആഖ്യാനമായി ക്യാഷ്‌ലെസ് സമ്പദ്ഘടന സ്ഥാനം പിടിച്ചിരിക്കയാണ്. ഇതു പിന്നീടു വന്ന ഒരു ചിന്തയാണ് എന്നതിനു തെളിവ് 2000ന്റെ നോട്ടാണ്. ക്യാഷ്‌ലെസ് ഇക്കോണമിയിലേക്കുള്ള പരിവർത്തനത്തെ പ്രോത്സാഹിപ്പിക്കാൻ മറ്റെല്ലാ രാജ്യങ്ങളും വലിയ നോട്ടു പിൻവലിക്കുകയാണ് ചെയ്തത്. നമ്മളാവട്ടെ ഏറ്റവും വലിയ പുതിയ നോട്ട് ഇറക്കിയ ശേഷമാണു ക്യാഷ്‌ലെസ് സമ്പദ്ഘടനയെക്കുറിച്ചു ചിന്തിക്കുന്നത്!

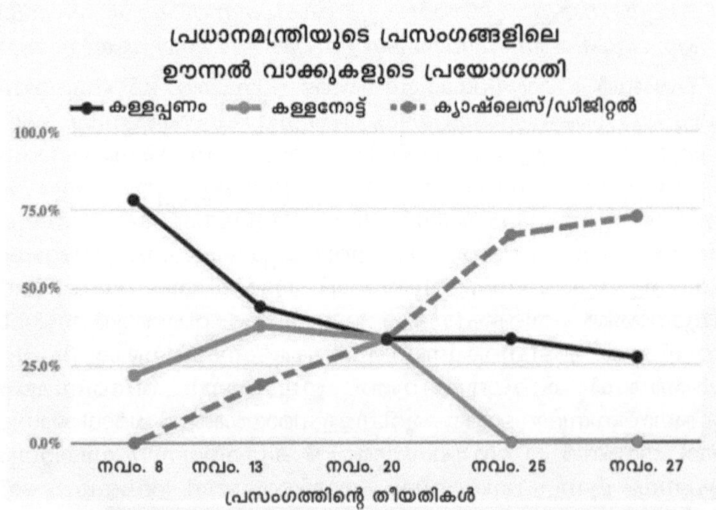

? *എന്താണു ക്യാഷ്‌ലെസ് സമ്പദ്ഘടന എന്നു പറയുന്നതുകൊണ്ട് അർത്ഥമാക്കുന്നത്? ലോകത്ത് എവിടെയെങ്കിലും അങ്ങിനെ ഒരു രാജ്യമുണ്ടോ?*

ഏതൊരു കമ്പോളവ്യവസ്ഥയിലും പണം കൂടിയേ തീരൂ. പണമില്ലാതിരുന്ന കാലത്ത് ആളുകൾ സാധനങ്ങൾ നേരിട്ടു കൈമാറ്റം ചെയ്യുകയായിരുന്നു പതിവ്. പക്ഷേ ഇത് ഏറെ ബുദ്ധിമുട്ടുണ്ടാക്കാം.

ഒരു പശുക്കുട്ടിയുടെ ഉടമസ്ഥനു തുണി വാങ്ങണമെന്നിരിക്കട്ടെ. തുണി വിൽക്കാനും പശുക്കുട്ടിയെ വാങ്ങാനും താല്പര്യമുള്ള ഒരാളെ കണ്ടെത്തിയാൽ മാത്രമേ കൈമാറ്റം നടക്കൂ. കുറച്ചു തുണി മതിയെങ്കിൽ പശുക്കുട്ടിയെ അറുത്തുകൊടുക്കാനും പറ്റില്ലല്ലോ. ഈ ബുദ്ധിമുട്ട് ഒഴിവാക്കാൻ ഏതെങ്കിലും ഒരു വസ്തുവെ പണമായി ഉപയോഗിക്കാൻ തുടങ്ങി. അതിന്റെ എണ്ണത്തിലാണ് മറ്റെല്ലാ വസ്തുക്കളുടെയും മൂല്യം അല്ലെങ്കിൽ വില അളക്കുക.

ക്രമേണ ക്രമേണ ലോഹങ്ങൾ ഉപയോഗിച്ചുള്ള നാണയങ്ങൾ നിലവിൽവന്നു. നാണയമായി ഉപയോഗിക്കുന്ന ഏറ്റവും പ്രധാനപ്പെട്ട ലോഹം സ്വർണമായി. പക്ഷേ നാണയങ്ങൾ കച്ചവടത്തിനു ദൂരദേശങ്ങളിൽ കൊണ്ടുനടക്കുക പ്രയാസമായതിനാല്!! നാണയത്തിനു പകരം നോട്ടുകൾ നിലവിൽവന്നു. ആദ്യമൊക്കെ കച്ചവടക്കാർ തന്നെയാണ് നോട്ടുകൾ എഴുതിക്കൊടുത്തിരുന്നത്. എന്നാൽ ഈ ചുമതല സർക്കാർ ഏറ്റെടുത്തതോടെ ആധുനിക നോട്ടുകൾ നിലവിൽവന്നു. ആദ്യമൊത്തെ നോട്ട് കൊണ്ടുക്കൊടുത്താൽ അതിന്റെ വിലയ്ക്കുള്ള സ്വർണമോ വെള്ളിയോ നല്കാൻ സർക്കാർ ബാധ്യസ്ഥമായിരുന്നു. എന്നാൽ ഇന്നു ലോകത്തൊരിടത്തും സ്വർണ/വെള്ളി നാണയവ്യവസ്ഥയില്ല. നോട്ടിന്റെ മൂല്യവും അതുണ്ടാക്കുന്നതിനു വരുന്ന ചെലവും തമ്മിൽ ഒരു ബന്ധവുമില്ല. ഓരോ നോട്ടും അതുകൊണ്ടു വാങ്ങാവുന്ന സാധനങ്ങളുടെ വിലയെയാണു പ്രതിനിധാനം ചെയ്യുന്നത്. സർക്കാരിൽ നമുക്കു വിശ്വാസമുള്ളതുകൊണ്ട് സർക്കാർ അടിക്കുന്ന നോട്ടിലും വിശ്വസിക്കുന്നു.

എന്നാൽ നോട്ടും ആധുനികലോകത്ത് ഫാഷനല്ലാതായി മാറിക്കൊണ്ടിരിക്കുന്നു. നോട്ടച്ചടിക്കുന്നതിനു ഭീമമായ ചെലവുണ്ട്. ഇപ്പോൾ പിൻവലിച്ച നോട്ടുകൾ അച്ചടിപ്പിക്കുന്നതിന് 15,000 കോടി രൂപയെങ്കിലും വരുമെന്നു കണ്ടല്ലോ. എന്നുമാത്രമല്ല കള്ളനോട്ടുകൾ ഉണ്ടാക്കാം. എല്ലാറ്റിനുമുപരി നോട്ട് അച്ചടിച്ചു പുറത്തുവിട്ടുകഴിഞ്ഞാൽ അതെവിടെപ്പോയി എന്നു സർക്കാരിനോ അധികൃതർക്കോ അറിയാൻ പറ്റില്ല. ഈ സാദ്ധ്യത മുതലാക്കിക്കൊണ്ടാണു സാമ്പത്തികയിടപാടുകളിൽ നികുതിവെട്ടിപ്പു നടത്തുന്നത്. ഇതിനൊക്കെ ഒരു പരിഹാരമായാണു ഡിജിറ്റൽ കറൻസി ഇന്നു പ്രചാരത്തിൽ വന്നുകൊണ്ടിരിക്കുന്നത്. മാത്രമല്ല നോട്ടിനെക്കാൾ കൊണ്ടുനടക്കാൻ എളുപ്പവുമാണ് ഡിജിറ്റൽ കറൻസി. കമ്പ്യൂട്ടർ ഉപയോഗിച്ച് ഓട്ടോമാറ്റിക്കായി കണക്കുകൂട്ടുകയും ചെയ്യാം. ചുരുക്കത്തിൽ, സഹസ്രാബ്ദങ്ങൾ നീളുന്ന പണത്തിന്റെ പരിണാമചരിത്രത്തിൽ ഒരു പുതിയ ഘട്ടത്തെയാണെ ഡിജിറ്റൽ! കറൻസി പ്രതിനിധാനം ചെയ്യുന്നത്.

കറൻസി ഉപയോഗിക്കാതെ ഡിജിറ്റൽ വിവരകൈമാറ്റം വഴി സാമ്പത്തികവിനിമയം സാദ്ധ്യമാകുന്ന സമ്പദ്ഘടനയെ ആണു ക്യാഷ്‌ലെസ്സ് എന്നു വിളിക്കുക. ഇൻറർനെറ്റ് ബാങ്കിംഗ്, ഡെബിറ്റ്/

ക്രെഡിറ്റ് കാർഡുകൾ, ഇലക്ട്രോണിക്ക് വാലറ്റുകൾ തുടങ്ങിയവയാണ് ക്യാഷ്ലെസ്സ് സമ്പദ്ഘടന സാദ്ധ്യമാക്കുന്നത്. സാമ്പത്തികവിനിമയം ആവശ്യമുള്ള ഏതു കാര്യത്തിനും കറൻസിക്കു പകരം ഇരുപാർട്ടികളും തമ്മിൽ ബാങ്ക് അക്കൗണ്ട് വഴി പണം കൈമാറ്റം ചെയ്യുകയോ, ക്രെഡിറ്റ്/ഡെബിറ്റ് കാർഡിൽനിന്നോ ഇലക്ട്രോണിക്ക് വാലറ്റിൽനിന്നോ പണം രണ്ടാമത്തെ പാർട്ടിയുടെ അക്കൗണ്ടിലേക്കു നൽകുകയോ ആണു ചെയ്യുക. യഥാർത്ഥത്തിൽ കറൻസി കൈമാറ്റം ഇവിടെ നടക്കുന്നില്ല. പകരം ഒന്നാമത്തെ പാർട്ടിയുടെ അക്കൌണ്ടിൽനിന്നോ ക്രെഡിറ്റ്/ ഡെബിറ്റ് കാർഡിൽനിന്നോ ഇലക്ട്രോണിക്ക് വാലറ്റിൽനിന്നോ പണം രണ്ടാമത്തെ പാർട്ടിയുടെ അക്കൗണ്ടിലേക്ക് കൈമാറ്റം ചെയ്തു എന്ന രീതിയിൽ ഡിജിറ്റൽ വിവരവിനിമയം മാത്രമേ നടക്കുന്നുള്ളൂ. അതുകൊണ്ടാണ് ഇതിനെ കാഷ്ലെസ്സ് എന്നു വിളിക്കുന്നത്. ബിറ്റ് കോയിൻ പോലുള്ള ഡിജിറ്റൽ കറൻസികൾ ഉപയോഗിച്ചും കാഷ്ലെസ്സ് സമ്പദ്ഘടന സാദ്ധ്യമാണ്.

ലോകത്ത് ഒരു രാജ്യവും ഇതേവരെ പൂർണമായി കാഷ്ലെസ് ആയി മാറിയിട്ടില്ലെങ്കിലും സ്വീഡൻ, ബെൽജിയം, കാനഡ പോലുള്ള പല വികസിതരാജ്യങ്ങളും അതിലേക്കുള്ള യാത്രയിലാണ്. ഇത്തരം രാജ്യങ്ങളിലെല്ലാം ജനസംഖ്യയുടെ 80 ശതമാനത്തിനുമേൽ ആളുകൾക്കും ഡെബിറ്റ് കാർഡുകൾ സ്വന്തമായുണ്ട്. ആ രാജ്യങ്ങളിൽ ആകമാനം ഉപഭോക്താക്കൾ നടത്തുന്ന സാമ്പത്തീകവിനിമയങ്ങളിൽ 90 ശതമാനത്തോളം കാഷ്ലെസ്സ് ആണ്. ഇത്രത്തോളം മുന്നോട്ടു പോയിട്ടുണ്ടെങ്കിലും 100 ശതമാനം കാഷ്ലെസ്സ് ആയി മാറി കറൻസി അച്ചടിക്കേണ്ടാത്ത സ്ഥിതിയിലേക്ക് ഈ രാജ്യങ്ങൾ എത്തണമെങ്കിൽ 2030 എങ്കിലും ആവണം എന്നാണ് അവർതന്നെ കരുതുന്നത്.

? *ഇൻറർനെറ്റ് ബാങ്കിംഗിനെയും ഡെബിറ്റ്/ക്രെഡിറ്റ് കാർഡുകളെയും ഡിജിറ്റൽ കറൻസിയെയും മറ്റ് സമാനസൗകര്യങ്ങളെയും കുറിച്ച് കൂടുതൽ വിശദമാക്കാമോ ?*

ഇൻറർനെറ്റ് ബാങ്കിംഗ്: ബാങ്കിൽ നേരിട്ടെത്തി മാത്രം മുൻപ് ചെയ്യാൻ കഴിയുമായിരുന്ന ഇടപാടുകൾ എല്ലാംതന്നെ ഇന്റർനെറ്റ് വഴി ലോകത്തിന്റെ ഏതു കോണിലിരുന്നും ചെയ്യാൻ ഉപഭോക്താക്കളെ പ്രാപ്തരാക്കുന്നതാണ് ഇന്റർനെറ്റ് ബാങ്കിംഗ് സൗകര്യം. ഒരു ബാങ്കിൽ അക്കൗണ്ട് തുടങ്ങുന്നതുമുതൽ പണം അയയ്ക്കൽ, പണം സ്വീകരിക്കൽ, ലോൺ അപേക്ഷിക്കൽ തുടങ്ങി ഉപഭോക്താവ് ബ്രാഞ്ചിൽ എത്തി ചെയ്യുന്ന ഏതു കാര്യവും ഇന്റർനെറ്റ് ബാങ്കിംഗ് ഉപയോഗിച്ച് ഇപ്പോൾ ചെയ്യാൻ കഴിയും. സുരക്ഷാസൗകര്യങ്ങൾ ഒരുക്കിയിട്ടുള്ള ഒരു വെബ് ആപ്ലിക്കേഷന്റെയോ മൊബൈൽ ആപ്ലിക്കേഷന്റെയോ സഹായത്തോടെയാണു ബാങ്കുകൾ ഇതു സാദ്ധ്യമാക്കുന്നത്.

ഡെബിറ്റ് കാർഡുകൾ: ഉപഭോക്താവിന്റെ ബാങ്ക് അക്കൗണ്ടുമായി

നേരിട്ടു ബന്ധിപ്പിച്ചിട്ടുള്ള പ്ലാസ്റ്റിക്ക് കാർഡ് ആണ് ഡെബിറ്റ് കാർഡ്. ഡെബിറ്റ് കാർഡിലുള്ള മാഗ്നറ്റിക്നാടയിലോ ഇലക്ട്രോണിക്ക് ചിപ്പിലോ രേഖപ്പെടുത്തിയിട്ടുള്ള ഉപഭോക്താവിന്റെ വിവരങ്ങൾ ഒരു പോയിന്റ് ഓഫ് സെയിൽ (പി.ഒ.എസ്) യന്ത്രത്തിന്റെ സഹായത്തോടെ ബാങ്കിന്റെ ഡാറ്റാബേസുമായി ഒത്തുനോക്കിയ ശേഷം ആണ് ഇടപാടു നടക്കുക. അക്കൗണ്ടിൽ ലഭ്യമായ തുകയ്ക്കു തത്തുല്യമായിരിക്കും ഡെബിറ്റ് കാർഡിന്റെ മൂല്യം. കറൻസി ഉപയോഗിച്ച് ഇടപാടുകൾ നടത്തുന്നതിനുപകരം ഡെബിറ്റ് കാർഡ് സ്വീകരിക്കാൻ സജ്ജീകരണങ്ങൾ (പി.ഒ.എസ്. മെഷീനുകൾ) ഒരുക്കിയിട്ടുള്ള വാണിജ്യസ്ഥാപനങ്ങളിലും ഇന്റർനെറ്റ് വഴിയുള്ള പണമടയ്ക്കലുകൾക്കും ഡെബിറ്റ് കാർഡുകൾ ഉപയോഗിക്കാം.

ക്രെഡിറ്റ് കാർഡുകൾ: ഡെബിറ്റ് കാർഡ് പോലെതന്നെ ഒരു പ്ലാസ്ടിക്ക് കാർഡ് ആണ് ക്രെഡിറ്റ് കാർഡും. ഡെബിറ്റ് കാർഡിൽനിന്നു വ്യത്യസ്തമായി ക്രെഡിറ്റ് കാർഡിന് ഒരു ബാങ്ക് അക്കൗണ്ടുമായി നേരിട്ടു ബന്ധമുണ്ടാവില്ല. ഒരു നിശ്ചിത സമയപരിധി നിശ്ചയിച്ച് ഉപഭോക്താവിന് ബാങ്ക് അല്ലെങ്കിൽ ക്രെഡിറ്റ് കാർഡ് കമ്പനി മുൻകൂർ നൽകുന്ന കടമാണ് ക്രെഡിറ്റ് കാർഡിൽ ഉണ്ടാവുക. കടമായി ലഭിച്ച പണം ഉപയോഗിച്ച് ഡെബിറ്റ് കാർഡിന്റെ കാര്യത്തിലെന്നപോലെ വാണിജ്യ സ്ഥാപനങ്ങളിലെ ഇടപാടിനും ഇൻറർനെറ്റ് വഴിയുള്ള പണമടയ്ക്കലുകൾക്കും ക്രെഡിറ്റ് കാർഡ് ഉപയോഗിക്കാം. വിനിയോഗിച്ച തുക ബാങ്ക് നിശ്ചയിച്ച സമയപരിധിക്കുള്ളിൽ തിരിച്ചടയ്ക്കുന്ന രീതിയിൽ ആണ് ക്രെഡിറ്റ് കാർഡുകൾ പ്രവർത്തിക്കുന്നത് .

ഫോൺ ബാങ്കിംഗ്: ഫോൺ കോളുകളുടെയും ഷോർട്ട് മെസ്സേജ് സർവീസി(sms)ന്റെയും സഹായത്തോടെ ഇടപാടുകൾ നടത്താൻ സഹായിക്കുന്നതാണ് ഫോൺ ബാങ്കിംഗ്. ഇൻറർനെറ്റ് ലഭ്യമല്ലാത്ത സാഹചര്യത്തിലും ഉപയോഗിക്കാൻ കഴിയും എന്നതാണ് ഇതിന്റെ ഗുണം. സാമ്പത്തികസ്ഥാപനം ഏർപ്പെടുത്തിയിട്ടുള്ള ഒരു ഫോൺ നമ്പറിലേക്കു വിളിച്ചോ എസ്.എം.എസ് അയച്ചോ ആണ് ഇടപാടുകൾ നടത്തുക. ബ്രാഞ്ചിൽനിന്നോ ഇൻറർനെറ്റ് ബാങ്കിംഗിൽനിന്നോ ലഭ്യമാവുന്ന എല്ലാ സേവനങ്ങളും ഫോൺ ബാങ്കിംഗ് വഴി ലഭ്യമാകണമെന്നില്ല.

ഡിജിറ്റൽ കറൻസി: പ്രധാനമായും ഇൻറർനെറ്റ് വഴിയുള്ള സാമ്പത്തികയിടപാടുകൾക്ക് ഉപയോഗിക്കാനായി നിർമ്മിക്കപ്പെട്ട കമ്പ്യൂട്ടർ സോഫ്റ്റ്വെയർ പ്രോഗ്രാം ആണ് ഡിജിറ്റൽ നാണയങ്ങൾ. പേപ്പർ കറൻസിയോടു സമാനമായ സോഫ്റ്റ്വെയർ പ്രോഗ്രാം എന്നു ചുരുക്കത്തിൽ പറയാം.

'ബിറ്റ്കോയിൻ' ഇത്തരം കറൻസികൾക്ക് ഒരു ഉദാഹരണം ആണ്. ഇതൊരു രാജ്യത്തിലെയും കേന്ദ്രബാങ്കുകളോ സ്ഥാപനങ്ങളോ സർക്കാരുകളോ നിയന്ത്രിക്കാത്ത ഒരു സ്വതന്ത്ര കറൻസി ആയിട്ടാണു വിഭാവനം ചെയ്തിരിക്കുന്നത്. ബിറ്റ്കോയിൻ പോലുള്ള കറൻസികൾ

ബ്ലോക്ക് ചെയിനുകൾ എന്ന പേരിലുള്ള ലെഡ്ജറുകളിൽ അവയുടെ ജീവിതചക്രം മുഴുവൻ ക്രിപ്റ്റോഗ്രാഫിയുടെ സഹായത്തോടെ ശേഖരിക്കുന്നു. ഇതുവഴി ഒരു ഡിജിറ്റൽ കറൻസി ജനിക്കുന്നതുമുതൽ ആരുടെയൊക്കെ കൈകളിലൂടെ ഏതൊക്കെ വഴികളിലൂടെ സഞ്ചരിച്ചു എന്ന വിവരം കൃത്യമായി ലഭ്യമാകും.

ഇപ്പോൾ രാജ്യങ്ങളും പ്രമുഖബാങ്കുകളും അവരുടേതായ ഡിജിറ്റൽ കറൻസികൾ ഇറക്കുന്നതിനെക്കുറിച്ച് ആലോചിച്ചു തുടങ്ങിയിട്ടുണ്ട്. ഡിജിറ്റൽ കറൻസികൾ വ്യാപകമാവുന്നതോടെ പേപ്പർ കറൻസി അപ്രത്യക്ഷമാവും എന്നു കരുതുന്നവരാണ് ഏറെയും.

ഡിജിറ്റൽ വാലറ്റുകൾ: സാധാരണ നമ്മുടെ പോക്കറ്റിൽ ഉള്ള വാലറ്റിൽ (പഴ്സ്) ആണല്ലോ ക്രെഡിറ്റ്/ ഡെബിറ്റ് കാർഡുകളും പണവും ഒക്കെ സൂക്ഷിക്കുക. അതുപോലെതന്നെ ബാങ്ക് അക്കൗണ്ടിന്റെയും ക്രെഡിറ്റ് കാർഡിന്റെയും ഡെബിറ്റ് കാർഡിന്റെയും വിവരങ്ങൾ ശേഖരിച്ചു സൂക്ഷിക്കുന്ന ഒരു ഇലക്ട്രോണിക്ക് ഉപകരണമോ മൊബൈൽ ആപ്ലിക്കേഷനോ ആണ് ഡിജിറ്റൽ വാലറ്റുകൾ. കാഷ്ലെസ്സ് വിനിമയങ്ങൾ നടത്തുന്ന എല്ലാ സ്ഥലങ്ങളിലും ക്രെഡിറ്റ്/ഡെബിറ്റ് കാർഡുകളുടെ വിവരങ്ങൾ കൊടുക്കുന്നതിലെ സുരക്ഷാക്കുഴപ്പങ്ങൾ ഒരു പരിധിവരെ തടയാൻ ഇത്തരം വാലറ്റുകൾ സഹായിക്കും. വാലറ്റിൽ നമ്മൾ ശേഖരിച്ചിരിക്കുന്ന ബാങ്ക്/ക്രെഡിറ്റ്/ഡെബിറ്റ് കാർഡ് വിവരങ്ങൾ പണം കൈമാറ്റം ചെയ്യുന്ന കക്ഷിയുടെ വാലറ്റിലേക്ക് ഏതെങ്കിലും വിവരവിനിമയമാദ്ധ്യമം ഉപയോഗിച്ചു കൈമാറ്റം ചെയ്യുക മാത്രമേ ചെയ്യുന്നുള്ളൂ. അതുവഴി ക്രെഡിറ്റ്/ ഡെബിറ്റ് കാർഡോ ബാങ്കിലെ വിവരങ്ങളോ മറ്റുള്ളവരെ കാണിക്കാതെതന്നെ പണവിനിമയം സാദ്ധ്യമാകുന്നു. പ്രീപെയിഡ് വാലറ്റുകളും ഇപ്പോൾ വിപണിയിൽ ലഭ്യമാണ്. അത്തരം വാലറ്റുകളിലേക്കു ബാങ്ക് അക്കൗണ്ടിൽനിന്നോ ക്രെഡിറ്റ് കാർഡിൽനിന്നോ മുൻകൂറായി പണം നിക്ഷേപിച്ചാൽ വാലറ്റ് ഉപയോഗിച്ച് തത്തുല്യമായ പണവിനിമയം സാദ്ധ്യമാകും. ഗൂഗിൾ, ആപ്പിൾ തുടങ്ങി ലോകത്തെ പല മുൻനിരക്കമ്പനികളുടെയും ഡിജിറ്റൽ വാലറ്റുകൾ ഇപ്പോൾ വിപണിയിലുണ്ട്.

യുപിഐ: കേന്ദ്രസർക്കാരിന്റെ ആഭിമുഖ്യത്തിൽ 2015 മുതൽ പ്രവർത്തനം ആരംഭിച്ച യൂണിഫൈഡ് പേയ്മെന്റ് ഇന്റർഫേസ് എന്ന യുപിഐ സ്മാർട്ട് ഫോണിലൂടെ ക്യാഷ് ഓൺ ഡെലിവറി സമ്പ്രദായത്തിൽ 50 മുതൽ ഒരുലക്ഷം വരെ രൂപ നേരിട്ടു കൈമാറാവുന്ന സംവിധാനമാണ്. ബാങ്കുകൾ യുപിഐ അടിസ്ഥാനമാക്കി തയ്യാറാക്കിയിരിക്കുന്ന മൊബൈൽ ആപ്ലിക്കേഷന്റെ സഹായത്തോടെ ലളിതമായി പണവിനിമയം നടത്താൻ സാധിക്കും എന്നതാണ് ഇതിന്റെ മേന്മ. നിങ്ങൾക്ക് യുപിഐ ആപ്ലിക്കേഷനിൽ? ഇമെയിൽ അഡ്രസ് പോലെ ഒരു വിർച്ചൽ ഹാൻഡിൽ (ഐഡി) ഉണ്ടാക്കാം. ഉദാഹരണമായി 'പേര്@ നിങ്ങളുടെബാങ്ക്'നു സമാനമായിരിക്കും വിർച്ചൽ ഹാൻഡിൽ. പണം

അയയ്ക്കേണ്ടയാളുടെ വിർച്ചൽ ഹാൻഡിൽ അറിഞ്ഞാൽ അതിലേക്ക് ഒരു സന്ദേശം അയയ്ക്കുന്നതുപോലെ പണം അയയ്ക്കാം. നിലവിലുള്ള ഇലക്ട്രോണിക്ക് പേയ്മെന്റ് സംവിധാനങ്ങളായ ഐഎംപിഎസ്, എൻഇഎഫ് ടി, ആർടിജിഎസ് എന്നിവയിൽ പണക്കൈമാറ്റത്തിന് അക്കൗണ്ട് നമ്പറും ബാങ്കിന്റെ ഐഎഫ്എസ്സി കോഡും ഒക്കെ ആവശ്യമാണ്. യുപിഐ ആപ്ലിക്കേഷനുകളിൽ ഇതൊന്നും ആവശ്യമില്ല എന്നതാണ് അതിനു കൂടുതൽ സ്വീകാര്യത നൽകുന്നത്.

? *ക്യാഷ്ലെസ് സമ്പദ്ഘടന അഭികാമ്യമല്ലേ? അതുവഴി നികുതി വെട്ടിപ്പു അടയാനും കള്ളപ്പണം നിയന്ത്രിക്കാനും കഴിയില്ലേ?*

കാഷ്ലെസ് സമ്പദ്ഘടന തീർച്ചയായും നികുതിവെട്ടിപ്പു തടയാൻ സഹായിക്കും. എല്ലാത്തരം സമ്പദ് വിനിമയവും ഡിജിറ്റൽ ആകുന്നത് നികുതി പിരിച്ചെടുക്കുന്ന സർക്കാരുകൾക്കു കാര്യങ്ങൾ എളുപ്പമാക്കും. എല്ലാത്തരം വിനിമയങ്ങളും നികുതിക്കണ്ണുകൾക്കു മുന്നിൽ വരുത്താൻ കഴിയും എന്നതാണ് ഇതിലെ ആകർഷകമായ വസ്തുത. നികുതി വെട്ടിപ്പുവഴി പുതുതായി കള്ളപ്പണം ഉണ്ടാകുന്നതു തടയാനും ഇതു സഹായകമാണ്. എല്ലാ കള്ളത്തരങ്ങളും തടയാനുള്ള ഒറ്റമൂലിയൊന്നുമല്ല ക്യാഷ്ലെസ്സ് സമ്പദ്ഘടന എന്ന യാഥാർത്ഥ്യവും മനസ്സിലാക്കേണ്ടതുണ്ട്. കള്ളക്കടത്തിനും നിയമവിരുദ്ധപ്രവർത്തനങ്ങൾക്കും ഡിജിറ്റൽ കറൻസികൾ ഉപയോഗിക്കുന്നു എന്ന സംശയത്തിലാണു പല രാജ്യങ്ങളും ബാങ്കുകളും ബിറ്റ്കോയിൻ ഉൾപ്പടെയുള്ള ഡിജിറ്റൽ കറൻസികളെ ഇത്രകാലവും അകറ്റി നിർത്തിയത്. സൈബർ സാമ്പത്തിക ക്കുറ്റകൃത്യങ്ങൾ പൊതുവേ വർദ്ധിച്ചു വരുന്നതും ഇത്തരം സംവിധാനങ്ങളുടെ സുരക്ഷാപാളിച്ചകൾമൂലം നടക്കുന്ന തട്ടിപ്പുകളും ഇപ്പോഴും ഒരു വലിയ വിഭാഗം ജനങ്ങളെ ഇതിൽനിന്ന് അകറ്റിനിർത്തുന്നു.

ക്യാഷ്ലെസ് സമ്പദ്ഘടനയിലെക്കുള്ള യാത്രയിൽ ഏറ്റവും മുന്നിൽ നിൽക്കുന്ന രാജ്യമായ സ്വീഡനിൽപ്പോലും കള്ളപ്പണം പൂർണമായി തടയാൻ ഇപ്പോഴും കഴിഞ്ഞിട്ടില്ല. ഇപ്പോഴും ജി.ഡി.പിയുടെ 13 ശതമാനം കള്ളപ്പണം സ്വീഡിഷ് സമ്പദ്വ്യവസ്ഥയിൽ ഉള്ളതായി കണക്കാക്കുന്നു. വികസിതരാജ്യങ്ങളിലെല്ലാം 10-20 ശതമാനം കള്ളപ്പണം പ്രചാരത്തിലുണ്ട്. മറ്റൊരു കാര്യം, അത്തരം രാജ്യങ്ങളിൽ കറൻസി കുറവായതിനാൽ ബാങ്കുകൊള്ളകൾ ഗണ്യമായി കുറഞ്ഞിട്ടുണ്ടെങ്കിലും സാമ്പത്തിക സൈബർ കുറ്റകൃത്യങ്ങൾ ക്രമാതീതമായി കൂടിയിട്ടുള്ളതായി റിപ്പോർട്ടുകൾ സൂചിപ്പിക്കുന്നു. അതായത്, പുതിയ സാമ്പത്തികക്രമത്തിന് അനുസൃതമായി പുതിയ ഭീഷണികളും ഉയർന്നുവരുന്നുണ്ട് എന്നു സാരം. മുന്നൊരുക്കമില്ലാതെ എടുത്തുചാടി നോട്ടു നിരോധിച്ച അതേ രീതിയിൽ ക്യാഷ്ലെസ് സംവിധാനം നടപ്പാക്കുന്നതും അപ്പോൾ ഗുരുതരപ്രത്യാഘാതങ്ങൾ സൃഷ്ടിക്കാം.

? *നോട്ടുകൾ റദ്ദാക്കുകവഴി ക്യാഷ്‌ലെസ് സമ്പദ്ഘടനയിൽനിന്നു ഡിജിറ്റൽ സമ്പദ്ഘടനയിലേക്കുള്ള പ്രയാണം ത്വരിതപ്പെടില്ലേ?*

കാഷ്‌ലെസ്സ് ആയി മാറിയിട്ടുള്ള ഒരു രാജ്യവും നോട്ടുറദ്ദാക്കൽ വഴി അല്ല ആ നേട്ടം കൈവരിച്ചത്. സൂക്ഷ്മമായി പരിശോധിച്ചാൽ, അവരെ അതിനു സഹായിച്ചത് പ്രധാനമായും രണ്ടു ഘടകങ്ങളാണ് എന്നു മനസ്സിലാക്കാം. ഒന്ന്, സമ്പൂർണ്ണ ബാങ്കിംഗ് സാക്ഷരതയും ബാങ്കിംഗ് ലഭ്യതയും. കാഷ്‌ലെസ് രാജ്യമായി മാറിക്കൊണ്ടിരിക്കുന്ന സ്വീഡനിൽ 96 ശതമാനം ജനങ്ങൾക്കും ഡെബിറ്റ് കാർഡ് സ്വന്തമായുണ്ട്. അവിടെ ആകെ നടക്കുന്ന സാമ്പത്തികവിനിമയങ്ങളിൽ 89 ശതമാനം കാഷ്‌ലെസ് ആണ്. രണ്ട്, മികച്ച ഇൻറർനെറ്റ് ലഭ്യത. മിക്ക വികസിതരാജ്യങ്ങളിലും ഏകദേശം സമ്പൂർണമായി എല്ലായിടങ്ങളിലും തന്നെ മികച്ച വേഗമുള്ള ഇൻറർനെറ്റ് സൗകര്യം ലഭ്യമാണ്. ഡിജിറ്റൽ പണവിനിമയത്തിന് ഇത് അത്യന്താപേക്ഷിതമായ സംഗതിയാണ്. ഇപ്പോൾ 90% എങ്കിലും കാഷ്‌ലെസ്സ് ആയി മാറിയിട്ടുള്ള ഒരു രാജ്യവും കറൻസി റദ്ദാക്കിയല്ല ഈ സ്ഥിതിയിലേക്ക് എത്തിയത്. പകരം രാജ്യം കാഷ്‌ലെസ്സ് ആയി പടിപടിയായി മുന്നേറുന്ന മുറയ്ക്ക് ആനുപാതികമായി കറൻസിയുടെ അളവു കുറച്ചുകൊണ്ടു വരികയാണു ചെയ്തത്.

മൂന്നാമതൊരു ഘടകവുംകൂടി എടുത്തു പറയേണ്ടതാണ്. സമ്പദ്ഘടനയുടെ ആധുനികീകരണമാണത്. മഹാഭൂരിപക്ഷം ആളുകളും കൂലിക്കു ചെറുകിടതൊഴിൽസ്ഥാപനങ്ങളിൽ പണിയെടുക്കുകയും സാധനങ്ങൾ വാങ്ങാൻ ചെറുകിടകച്ചവടക്കാരെ ആശ്രയിക്കുകയും ചെയ്യുന്ന സമ്പദ്ഘടനയിൽ പണത്തെ ഒഴിവാക്കാനാകില്ലല്ലോ. അതുകൊണ്ട് ആധുനികവ്യവസായ സേവന മേഖലകളുടെ വളർച്ചയുടെ ഭാഗമായിട്ടാണ് ഡിജിറ്റൽ പണത്തിലേക്കുള്ള പരിവർത്തനം നടക്കുന്നത്. അതുപോലെതന്നെ പൂർണമായി വിശദീകരിക്കാൻ സാധിക്കാത്ത സാംസ്കാരികതലംകൂടി ഇതിനുണ്ട്. ഏറ്റവും വലിയ വികസിതരാജ്യമായ അമേരിക്കപോലും 45 ശതമാനമേ ക്യാഷ്‌ലെസ് ആയിട്ടുള്ളൂ. വികസിത രാജ്യങ്ങൾ തമ്മിലുള്ള ഈ വ്യത്യാസം വിശദീകരിക്കാൻ സാംസ്കാരിക പശ്ചാത്തലമാണു പലരും ഉപയോഗപ്പെടുത്തുന്നത്.

? *മേല്പറഞ്ഞതൊക്കെ ശരിയാണെങ്കിലും ദക്ഷിണകൊറിയയിൽ 70 ശതമാനം ക്യാഷ്‌ലെസ് വിനിമയങ്ങളാണല്ലോ നടക്കുന്നത്. എന്തുകൊണ്ട് നമ്മുടെ രാജ്യത്തിന് ആ നിലയിലേക്ക് എത്തിക്കൂടാ? കേരളത്തിൽ ബി.ജെ.പി. ആണല്ലോ ഡിജിറ്റൽ ക്യാമ്പയിനിനു മുന്നിട്ട് ഇറങ്ങിയിട്ടുള്ളത്. എന്തുകൊണ്ട് നിങ്ങൾക്കുമായിക്കൂടാ?*

കുമ്മനം രാജശേഖരനും സംഘവും മലയാളികളെ ഡിജിറ്റൽ ബാങ്കിംഗ് പഠിപ്പിക്കാൻ ഇറങ്ങിയത് ഇത്തരുണത്തിൽ മറ്റൊരു ഫലിതമാണ്. ഗൃഹപാഠം ചെയ്യാതെ നോട്ടുകൾ റദ്ദാക്കിയതിന്റെ ഫലമായി

സാധാരണക്കാർ നേരിടുന്ന പ്രയാസങ്ങൾക്ക് ഉത്തരമില്ലാതെ ശ്രദ്ധ തിരിക്കാനുള്ള അടവായിരുന്നു ക്യാഷ്‌ലെസ് ഇൻഡ്യയെപ്പറ്റിയുള്ള മോഡിയുടെ *മൻ കി ബാത്ത്* പ്രസംഗം എന്നു പറഞ്ഞുവല്ലോ. വികസിതരാജ്യങ്ങൾക്കുമുമ്പേ ഇന്ത്യയെ നോട്ടില്ലാ സമ്പദ്ഘടനയാക്കാനുള്ള അവസരമാണത്രെ നോട്ടുനിരോധംകൊണ്ടു വന്നിരിക്കുന്നത്! ആദ്യം സമ്പദ്ഘടന വികസിക്കട്ടെ, എന്നിട്ടാക്കാം ക്യാഷ്‌ലെസ്.

കുമ്മനം ഇടപെട്ടില്ലെങ്കിലും കേരളത്തിൽ നോട്ടുരഹിത പണമിടപാടുകൾ വേഗത്തിൽ പടരും. മെട്രോപൊളിറ്റൻ നഗരങ്ങളെ മാറ്റിനിർത്തിയാൽ ഇക്കാര്യത്തിൽ കേരളം ഇപ്പോൾത്തന്നെ മുന്നിലാണ്. പലതുണ്ടു കാരണങ്ങൾ. ജനങ്ങൾ സാക്ഷരരാണ്. ദരിദ്രരുടെ എണ്ണം ഏറ്റവും കുറവാണ്. ഏതാണ്ട് സമ്പൂർണബാങ്കിംഗ് സംസ്ഥാനമാണ്. ഏറ്റവും മികച്ച ഇൻറർനെറ്റ് ശൃംഖലയുള്ള സംസ്ഥാനമാണ്. നഗരങ്ങളും ഗ്രാമങ്ങളും തമ്മിലുള്ള അന്തരം കുറവാണ്. തീരെയില്ല എന്നുതന്നെ പറയാം.

ഇതിൽനിന്നെല്ലാം എത്രയോ അകലെയാണ് ഇതരസംസ്ഥാനങ്ങളിലെ ഗ്രാമങ്ങളുടെ സ്ഥിതി. 134 കോടി ജനങ്ങളുള്ള ഇൻഡ്യാരാജ്യത്ത് 34 ശതമാനം ജനങ്ങൾക്കേ ഇന്റർനെറ്റ് ഉപയോഗിക്കാൻ കഴിയൂ. ഗ്രാമീണയിൻഡ്യ ഇപ്പോഴും 'വേൾഡ് വൈഡ് വെബി'നു പുറത്താണ്. സമീപകാലത്ത് ഇൻറർനെറ്റ് വ്യാപനം വലിയ തോതിൽ വർദ്ധിക്കുന്നുണ്ടെങ്കിലും ഡിജിറ്റൽ സാമ്പത്തികവിനിമയങ്ങളുടെ വളർച്ച അതിന് ആനുപാതികമല്ല. മൊബൈൽ റീചാർജ്ജുകളും ബിൽ പേയ്മെന്റുകളും ആണു കൂടുതലും ഇതുവഴി നടക്കുന്നത്. പഠനങ്ങൾ കാണിക്കുന്നത് വാണിജ്യസ്ഥാപനങ്ങളിലെ പിഒഎസ് മെഷിനുകൾ ഉപയോഗിച്ചുള്ള പണമടയ്ക്കൽ ഏറ്റവും കുറവാണെന്നുമാണ്. കൂടാതെ ഓരോ വിനിമയത്തിനുമേലും ഉള്ള ചാർജ്ജുകളും സുരക്ഷാഭീഷണികളും ഒരു വലിയ ശതമാനത്തെ ക്യാഷ്‌ലെസ് ആകുന്നതിൽനിന്ന് അകറ്റിനിർത്തുന്നു. ചെറിയ കടകളിൽ പിഒഎസ് മെഷീൻ വയ്ക്കുന്നതുവഴി ഉണ്ടാകുന്ന അധികഭാരം അവരെയും ഇത്തരം സംവിധാനങ്ങളിലേക്കു നീങ്ങുന്നതിൽനിന്നു തടയുന്നുണ്ട്. ജനങ്ങളുടെമേൽ അധികഭാരം അടിച്ചേൽപ്പിക്കാതെ മാത്രമേ രാജ്യത്തെ കാഷ്‌ലെസ്സ് പാതയിലേക്കു നയിക്കാനാവൂ.

പ്രായപൂർത്തിയായ 53 ശതമാനം ഇന്ത്യക്കാർക്കേ 2015 ൽ ബാങ്ക് അക്കൗണ്ട് ഉണ്ടായിരുന്നുള്ളൂ. ഇതിൽ 43 ശതമാനം നിർജ്ജീവമായിരുന്നു. 90 ശതമാനം ജനങ്ങളും ചെറുകിട അസംഘടിത മേഖലയിലാണു തൊഴിലെടുക്കുന്നത്. ദേശീയവരുമാനത്തിന്റെ പകുതിയോളം ഇവിടെയാണു സൃഷ്ടിക്കപ്പെടുന്നത്. അസംഘടിതമേഖലയിലെ നല്ല പങ്ക് ഇടപാടുകളും അനൗപചാരികമാണ്. നോട്ടിന്റെ ഇടനില കൂടിയേതീരൂ. ബ്രസീൽ, ജപ്പാൻ തുടങ്ങിയ രാജ്യങ്ങളിൽ ഇപ്പോഴും 15 ശതമാനത്തിൽ താഴെയാണു ഡിജിറ്റൽ പണമിടപാടുകൾ. അപ്പോഴാണ് ഇപ്പോൾ ഡിജിറ്റൽ ഇടപാടുകൾ രണ്ടു ശതമാനത്തിൽത്താഴെ നിൽക്കുന്ന ഇൻഡ്യയെ ക്യാഷ്‌ലെസ്സ് ആക്കാൻ നോട്ടുറദ്ദാക്കൽവങ്കത്തം ഒരു ഉപായമാക്കാൻ പദ്ധതിയിടുന്നത്.

? *എന്തുകൊണ്ട് കേരളസർക്കാർ സാമ്പത്തികമേഖല ഡിജിറ്റൈസ് ചെയ്യാൻ മുൻകൈ എടുക്കുന്നില്ല?*

കേരളസർക്കാർ ഇതിനകംതന്നെ സർക്കാരുമായി ബന്ധപ്പെട്ട പണമിടപാടുകൾ മിക്കവയും ഡിജിറ്റലൈസ് ചെയ്തു കഴിഞ്ഞിട്ടുണ്ട്, നികുതി, ഫീസുകൾ ഇവയൊക്കെ ഇലക്ട്രോണിക് പേയ്മെന്റ് ആയി അടയ്ക്കാവുന്ന സൗകര്യങ്ങൾ നേരത്തേതന്നെ ലഭ്യമാണ്. അക്ഷയ കേന്ദ്രങ്ങളിലൂടെ നാട്ടുമ്പുറങ്ങളിലെ നിരക്ഷരരായ ജനങ്ങൾക്കുപോലും ഇത്തരം അനവധി ഇസേവനങ്ങൾ ലഭ്യമാക്കിയിട്ട്ല്ല സംസ്ഥാനമാണല്ലോ നമ്മുടേത്.

ഇന്ത്യയിലെ സംസ്ഥാനങ്ങളിൽ കേരളംതന്നെയാവും ഏറ്റവും കൂടുതൽ ഡിജിറ്റൽ പണമിടപാടുകൾ നടത്തുന്ന സംസ്ഥാനം. ഇതിനേക്കാൾ കൂടുതൽ ഡിജിറ്റൽ പണമിടപാടുകൾ ഇന്ത്യയിൽ നടക്കുന്നത് ഒരുപക്ഷെ മെട്രോ നഗരങ്ങളിൽ മാത്രമാവും. കഴിഞ്ഞവർഷം ആണ് കേരളത്തെ സമ്പൂർണ ഡിജിറ്റൽ സംസ്ഥാനമായി അന്നത്തെ മുഖ്യമന്ത്രി ഉമ്മൻചാണ്ടി പ്രഖ്യാപിച്ചത്. നൂറു ശതമാനം മൊബൈൽ ഫോൺ സാന്ദ്രതയും 75 ശതമാനം പേർക്ക് ഇ സാക്ഷരതയും ഇന്ത്യയിൽ ഏറ്റവും കൂടുതൽപേർ ഡിജിറ്റൽ ബാങ്കിംഗ് സൗകര്യം ഉപയോഗിക്കുന്നതും അടിസ്ഥാനമാക്കി ആയിരുന്നു ആ പ്രഖ്യാപനം.

കേരളത്തിലെ ഏതാണ്ടു മുഴുവൻ ജനങ്ങൾക്കും ഇന്റർനെറ്റ് ലഭ്യത ഉള്ളതായാണു കണക്കുകൾ കാണിക്കുന്നത്. സാമ്പത്തികവിനിമയങ്ങളിൽ ഡിജിറ്റൽ രീതികൾ ഉപയോഗിക്കുന്നതിൽ ഇന്ത്യയിലെ മറ്റു സംസ്ഥാനങ്ങളെ അപേക്ഷിച്ച് കേരളത്തിലെ സ്ഥിതി മെച്ചമാണ്. എന്നുകരുതി ഇതിനെ വികസിതരാജ്യങ്ങളുമായി താരതമ്യം ചെയ്യാനേ കഴിയില്ല. എല്ലാവർക്കും ബാങ്കിംഗ് ലഭ്യത ഉണ്ടെങ്കിലും ഇൻറർനെറ്റ് ബാങ്കിംഗ് ഉപയോഗിക്കുന്നവർ തുലോം കുറവാണ്. മിക്ക അക്കൗണ്ടുകൾക്കും ഡെബിറ്റ് കാർഡുകൾ നൽകിയിട്ടുണ്ടെങ്കിലും ഭൂരിപക്ഷവും എ.ടി.എമിൽനിന്നു പണം പിൻവലിക്കാൻ മാത്രമാണ് അതുപയോഗിക്കുന്നത്. പിഒഎസ് മെഷീനുകളുടെ വ്യാപനം വർദ്ധിക്കുന്നതും ബോധവൽക്കരണവും ഈ അവസ്ഥയ്ക്കു വളരെ വേഗം മാറ്റം കൊണ്ടുവരും.

ഇന്നത്തെ നോട്ട് ദാരിദ്ര്യത്തിന്റെ പശ്ചാത്തലത്തിൽ പ്രാദേശിക മുൻകയ്യിൽ ഒട്ടനവധി പേയ്മെന്റ് സംവിധാനങ്ങൾ വരുന്നു. തങ്ങളുടെ കടകളെല്ലാം ഡിജിറ്റലൈസ് ചെയ്യാനുള്ള പരിപാടിയുമായി ഇക്കഴിഞ്ഞ ദിവസം കോട്ടയ്ക്കലിലെ വ്യാപാരികൾ എന്നെ വന്നു കണ്ടിരുന്നു. കേരളത്തിലെ ചില സഹകരണബാങ്കുകൾ പ്രാദേശികമായി ഡിജിറ്റൽ വാലറ്റുകൾ ആരംഭിച്ച് നോട്ടുറദ്ദാക്കൽ മൂലമുള്ള കെടുതികൾ തരണം ചെയ്യാനുള്ള ശ്രമം ആരംഭിച്ചിട്ടുണ്ട്. ഇൻറർനെറ്റ് ലഭ്യമാകുന്ന ഇടങ്ങളിൽ അതിലൂടെയും ഇന്റർനെറ്റ് ഇല്ലാത്തയിടങ്ങളിൽ എസ്എംഎസിന്റെ സഹായത്തോടെയും പ്രവർത്തിക്കുന്ന പ്രാദേശിക വാലറ്റുകൾക്ക്

നമ്മുടെ ഗ്രാമപ്രദേശങ്ങളിൽ കറൻസിക്ഷാമത്തിന്റെ ഇക്കാലത്തു പ്രാധാന്യം ഏറെയാണ്. ഒരു ചെറിയ പ്രദേശത്തെ ചെറുകിടകച്ചവടക്കാരും മറ്റു സേവനങ്ങൾ നൽകുന്നവരും ആ നാട്ടിലെ സഹകരണബാങ്ക് ലഭ്യമാക്കുന്ന ഡിജിറ്റൽ വാലറ്റ് സേവനത്തിന്റെ ഭാഗമായാൽ ജനങ്ങൾ ഇപ്പോൾ അനുഭവിക്കുന്ന ദുരിതങ്ങൾക്ക് ഒരു പരിധിവരെ പരിഹാരം കാണാം. കേന്ദ്രീകൃതമായിത്തന്നെ ഇത്തരം സങ്കേതങ്ങൾ വികസിപ്പിച്ചു വ്യാപകമായി പ്രയോജനപ്പെടുത്താനുള്ള സാദ്ധ്യതയും പരിശോധിക്കാം. സഹകരണമേഖലയുടെ മുൻകൈയിൽ കേരളാടിസ്ഥാനത്തിൽ ഒരു സംവിധാനത്തെക്കുറിച്ചും ആലോചിക്കാവുന്നതാണ്.

ട്രഷറിയിൽ അക്കൗണ്ടുള്ളവർക്ക് അവിടെനിന്നു വിവിധ സേവനച്ചാർജ്ജുകളും ഫീസുകളും നികുതികളും അടയ്ക്കാനുള്ള സൗകര്യം ഏർപ്പെടുത്താനും ആലോചിക്കും. ജീവനക്കാരുടെ ഇൻഷ്വറൻസ് പോലുള്ള അടവുകൾ ഇപ്പോൾത്തന്നെ ട്രഷറിയിൽനിന്നു നേരിട്ടു നടക്കുന്നുണ്ട്. കേരളസർക്കാരിന്റെ പൊതുസേവനങ്ങൾക്കുവേണ്ടി പ്രത്യേക പേയ്മെന്റ് സംവിധാനത്തെക്കുറിച്ചും ആലോചിക്കാവുന്നതാണ്.

റിസർവ്വ് ബാങ്കിന്റെ നിബന്ധനകൾക്കു വിധേയമായി നടപ്പാക്കാവുന്ന ഇത്തരത്തിലുള്ള പ്രവർത്തനങ്ങൾക്കു കേരളസർക്കാരിന്റെ പൂർണപിന്തുണ ഉണ്ടാകും. ക്യാഷ്‌ലെസ്സ് ആകുമ്പോൾ ഒത്തിരി ലാഭം കൊയ്യാനായി കാത്തുനിൽക്കുന്ന വമ്പൻ കോർപ്പറേറ്റുകളുടെ ഡിജിറ്റൽ പേയ്മെന്റ് സംവിധാനങ്ങളിലേക്കു നമ്മുടെ നാട്ടിലെ സാധാരണക്കാരെ ആട്ടിക്കയറ്റാൻ ആയിരിക്കില്ല കേരളസർക്കാർ ശ്രമിക്കുക; മറിച്ച് രക്ഷിക്കാനാകും.

? *ആ നിലയ്ക്ക് നോക്കുമ്പോൾ നോട്ടുനിരോധനം ഡിജിറ്റൽ ഇക്കണോമിയിലേക്കുള്ള പരിവർത്തനത്തിന് സഹായകരമല്ലേ? ഡിജിറ്റൽ ഇക്കണോമിയിലേക്ക് കേരളത്തിൽ ഒരു എടുത്തുചാട്ടം ഉണ്ടായില്ലേ?*

സാമൂഹിക സാമ്പത്തിക സാഹചര്യങ്ങൾ കൊണ്ട് ഡിജിറ്റൽ സമ്പദ് വ്യവസ്ഥയിലേക്കുള്ള പരിണാമത്തിന് നമ്മുടെ രാജ്യത്ത് ഏറ്റവും സാധ്യത കേരളത്തിനാണ്. പക്ഷേ ഈ കേരളത്തിലെ പോലും നാട്ടിൻപുറങ്ങളിൽ നോട്ടുകൾ റദ്ദാക്കി രണ്ടു മാസം കഴിഞ്ഞിട്ടുമുള്ള അവസ്ഥയെന്ത്? എറണാകുളം ജില്ലയിലെ നാല് പഞ്ചായത്തുകൾ എടുത്ത് സെന്റർ ഫോർ സോഷ്യോ ഇക്കണോമിക് ആന്റ് എൻവയോൺമെന്റൽ സ്റ്റഡീസ് എന്ന സ്ഥാപനം നടത്തിയ സർവ്വേയുടെ ഫലങ്ങൾ വളരെ പ്രസക്തമാണെന്ന് തോന്നുന്നു.

മൊത്തം ആളുകളിൽ 9.2 ശതമാനമേ ജീവിതത്തിൽ ഒരിക്കലെങ്കിലും ഏതെങ്കിലും തരത്തിലുള്ള ഡിജിറ്റൽ ഇടപാട് നടത്തിയവരായിട്ടുള്ളൂ. ബിപിഎൽ വിഭാഗത്തിൽ ഇവർ 3 ശതമാനമേ വരൂ. എപിഎൽ

വിഭാഗത്തിൽ 13 ഉം. എസ്.സി-എസ്.റ്റി.യിൽ 5 ശതമാനം, സ്ത്രീകളിൽ 6.5 ശതമാനം. പ്രായവും വിദ്യാഭ്യാസവുമാണ് ഏറ്റവും നിർണ്ണായക ഘടകങ്ങൾ. 18 നും 29 നും വയസിനിടയിൽ 22.2 ശതമാനം പേർ ഏതെങ്കിലും ഒരുതരം ഡിജിറ്റൽ ഇടപാട് നടത്തിയവരായുണ്ട്. പ്രായം വർദ്ധിക്കുന്തോറും ഈ ശതമാനം അതിവേഗം കുറഞ്ഞ് 60 വയസുകഴിഞ്ഞവരിൽ 2.5 ശതമാനമായി തീരുന്നു. പ്രൊഫഷണൽ വിദ്യാഭ്യാസം ഉള്ളവരിൽ 47.4 ശതമാനം പേർ ഡിജിറ്റൽ പണമിടപാട് നടത്തിയിട്ടുള്ളവരാണ്. മറ്റു കോളേജ് വിദ്യാസമ്പന്നരിൽ ഇത് 25.5 ആയി കുറയുന്നു. ഹയർ സെക്കന്ററിയിൽ 10 ശതമാനം. സെക്കന്ററിയിൽ 3.5 ശതമാനം. ഇതിൽ താഴെയുള്ളവർ ആരുംതന്നെ ഡിജിറ്റൽ പണമിടപാട് സാങ്കേതികവിദ്യകൾ ഉപയോഗിച്ചിട്ടില്ല. വിദ്യാർത്ഥികളിലും ശമ്പളക്കാരിലും ഡിജിറ്റലുകാരുടെ തോത് 30 ശതമാനം വീതമാണ്.

ഈ വസ്തുതകളിൽ നിന്നും എത്തിച്ചേരാവുന്ന നിഗമനങ്ങളെന്താണ്? പ്രധാനമന്ത്രി എന്തുതന്നെ കസർത്തുകൾ കാണിച്ചാലും ഡിജിറ്റൽ പണമിടപാട് സാങ്കേതികവിദ്യയിലേക്കുള്ള പരിവർത്തനത്തിന് ചില വസ്തുനിഷ്ട സാഹചര്യങ്ങൾ ഒരുക്കിയേ തീരൂ. സാമൂഹിക, സാമ്പത്തിക, വിദ്യാഭ്യാസ, തൊഴിൽ ഘടകങ്ങൾ വളരെ പ്രകടമായ സ്വാധീനം ഇക്കാര്യത്തിൽ ചെലുത്തുന്നുണ്ട്. അതിലുപരി രണ്ടു മാസം നോട്ടില്ലായ്മയുടെ ദുരിതങ്ങളൊക്കെ ഉണ്ടായിരുന്നിട്ടും എറണാകുളം ജില്ലയുടെ നാട്ടിൻപുറങ്ങളിൽ 10 ശതമാനം ആളുകളേ ഡിജിറ്റൽ പണമിടപാടുകൾ അവലംബിച്ചിട്ടുള്ളൂ. ജനങ്ങളെ എത്ര നിർബന്ധത്തിനും സമ്മർദ്ദത്തിനും ഇരയാക്കിയാലും ഇന്ത്യാ രാജ്യത്ത് അടുത്ത നാലോ അഞ്ചോ വർഷം കൊണ്ട് ക്യാഷ്ലെസ് സമ്പദ്ഘടനയുടെ സ്വാധീന വലയം ഏറിയാൽ 10-15 ശതമാനമായി ഉയർത്താനായേക്കും. അത്ര തന്നെ. അതുകൊണ്ടാണ് സി.പി.ഐ(എം) നിർബന്ധിത ഡിജിറ്റലൈസേഷനെ എതിർക്കുന്നത്.

9

സാമ്പത്തികശാസ്ത്രജ്ഞർ

? *മോദി നവലിബറൽ നയങ്ങളെയാണല്ലോ പിന്തുടരുന്നത്. നവലിബറൽ സാമ്പത്തികശാസ്ത്രപ്രകാരമെങ്കിലും പൊടുന്നനെയുള്ള നോട്ട് റദ്ദാക്കൽ നടപടിയെ ന്യായീകരിക്കാൻ കഴിയുമോ?*

ഈ ലഘുഗ്രന്ഥത്തിലെ ഒട്ടെല്ലാ ചോദ്യങ്ങൾക്കുമുള്ള ഉത്തരം പൊളിറ്റിക്കൽ ഇക്കോണമി അല്ലെങ്കിൽ കെയ്നീഷ്യൻ നിലപാടുകളിൽ നിന്നുകൊണ്ടാണ്. ഇവ മാറ്റിവച്ചാലും മറ്റേതെങ്കിലും സാമ്പത്തിക ശാസ്ത്രതത്ത്വപ്രകാരം മോദിയുടെ നടപടിയെ നീതിമത്ക്കരിക്കാൻ കഴിയുമോ എന്ന ചോദ്യം പ്രസക്തമാണ്. ശുദ്ധ നിയോലിബറലുകൾക്കുപോലും ഈ നടപടിയെ താത്വികമായി അംഗീകരിക്കാനാവില്ല. നിയോലിബറിലിസത്തിന്റെ അല്ലെങ്കിൽ ആധുനിക മോണിറ്ററിസത്തിന്റെ എറ്റവും പ്രധാനപ്പെട്ട ആചാര്യൻ ചിക്കാഗോ സർവകലാശാലയിൽ പഠിപ്പിച്ചിരുന്ന പ്രൊഫസർ മിൽട്ടൻ ഫ്രീഡ്മാനാണ്. അദ്ദേഹത്തിന്റെ *അമേരിക്കൻ ഐക്യനാടുകളുടെ പണത്തിന്റെ ചരിത്രം* 1867–1960 എന്ന ഗ്രന്ഥം അമേരിക്കൻ സാമ്പത്തികനിലയെ നിർണയിക്കുന്നതിൽ നിർണായകഘടകം പണത്തിന്റെ അളവാണെന്നു സിദ്ധാന്തിച്ചു. 1930 കളിലെ അമേരിക്കയിലെ സാമ്പത്തികമാന്ദ്യത്തിന് കാരണമായി അദ്ദേഹം അടിവരയിട്ടു പറഞ്ഞിട്ടുള്ളത് അമേരിക്കൽ ഫെഡറൽ റിസർവിന്റെ വിഡ്ഢിത്തമാണ്. അവർ അമേരിക്കയിലെ പണലഭ്യത 1929 നും 1933 നും ഇടയ്ക്ക് 30 ശതമാനംകണ്ടു വെട്ടിക്കുറച്ചു. ഈ ഞെട്ടലാണ് മഹാമാന്ദ്യത്തിന് തുടക്കം കുറിച്ചത്. ഈ പശ്ചാത്തലത്തിൽ താല്ക്കാലികമായിട്ട് ആണെങ്കിൽപ്പോലും രാജ്യത്തെ 86 ശതമാനം പണവും പൊടുന്നനെ റദ്ദാക്കിയാലുണ്ടാകുന്ന സ്ഥൂലസാമ്പത്തികപ്രത്യാഘാതത്തെക്കുറിച്ചു വിശദീകരിക്കേണ്ടതുണ്ട്. മോണിറ്ററിസ്റ്റ് സിദ്ധാന്തപ്ര

കാരം സർക്കാർ പണത്തിന്റെ ലഭ്യത കൂട്ടാനും കുറയ്ക്കാനുമൊന്നും ഇടപെടാൻ പാടില്ല. ദേശീയവരുമാനത്തിന്റെ നിശ്ചിതതോതിൽ പണ ലഭ്യത ഉറപ്പിച്ചുനിർത്തുകയാണു വേണ്ടത്. ഉല്പാദവും വിനിമയവും വിലകളുമെല്ലാം ഇതിനനുസരിച്ചു മെരുങ്ങി നിന്നുകൊള്ളും. അത്യപൂർവം സാമ്പത്തികവിദഗ്ദ്ധർ മാത്രമാണു മോഡിയുടെ നടപടിയെ പിന്താങ്ങാൻ തയ്യാറായിട്ടുള്ളത്. പൊടുന്നനെയുള്ള നോട്ടുറദ്ദാക്കൽ സാമ്പത്തികശാസ്ത്രമല്ല, ഒരുതരം സാമ്പത്തികമന്ത്രവാദമാണ്.

? *പ്രൊഫ. ജഗദീഷ് ഭഗവതിയെപ്പോലുള്ള സാമ്പത്തികശാസ്ത്രജ്ഞർ നോട്ട് റദ്ദാക്കലിനെ പിന്താങ്ങിയിട്ടുണ്ടല്ലോ. അതുപോലെതന്നെ റിസർവ് ബാങ്കിലെ വിദഗ്ദ്ധരും നീതി ആയോഗിലെ വിദഗ്ദ്ധരും. അവരെല്ലാം പറയുന്നത് പാടേ തെറ്റാണോ?*

മോഡിയെ പിന്താങ്ങിയിട്ടുള്ള ഏറ്റവും പ്രാണിക സാമ്പത്തിക ശാസ്ത്രജ്ഞൻ കൊളംബിയ സർവകലാശാലയിലെ പ്രൊഫ. ജഗദീഷ് ഭഗവതിയാണ്. അന്തർദേശീയവ്യാപാരത്തിന്റെ മേഖലയിലാണ് അദ്ദേഹം ഏറ്റവും പ്രസിദ്ധൻ. സ്വതന്ത്ര ഇൻഡ്യയിലെ ആദ്യതലമുറസാമ്പത്തികവിദഗ്ദ്ധരിൽ ഒരാളാണദ്ദേഹം. നാല്പതുവർഷം മുമ്പ് എം.എ.യ്ക്കു പഠിക്കുമ്പോൾ ഇദ്ദേഹത്തിന്റെ പഠനങ്ങളും ടെക്സ്റ്റ് ബുക്കിൽ പരാമർശിച്ചതായി ഓർക്കുന്നു. ഇദ്ദേഹത്തിന്റെ ശിഷ്യൻ അരവിന്ദ് പനഗ്രിയ ആണ് നീതി അയോഗിന്റെ വൈസ് ചെയർമാൻ. അങ്ങനെ ബി.ജെ.പി. സർക്കാരുമായി ഒരു സജീവബന്ധവും അദ്ദേഹം വളർത്തിയെടുത്തിണ്ട്.

ഇതിന്റെ തുടക്കം തിരഞ്ഞെടുപ്പുകാലത്താണ്. പ്രൊഫ. അമർത്യ സെന്നിനെ വിമർശിച്ചുകൊണ്ട് ഇരുവരുംകൂടി ലേഖനമെഴുതി. മാനവവിഭവശേഷി വികസിപ്പിക്കുന്ന നിക്ഷേപത്തിൽ ഊന്നണമെന്നും അതുവഴി ദ്രുതഗതിയിലുള്ള സാമ്പത്തികവളർച്ച കൈവരിക്കാമെന്നുമാണല്ലോ കേരളത്തെ ഉദാഹരിച്ചുകൊണ്ട് അമർത്യ സെൻ വാദിച്ചത്. ഇതിനു വിരുദ്ധമായി സാമ്പത്തികവളർച്ചയിലാണ് ഊന്നേണ്ടതെന്നും അതു ക്രമേണ മാനവവിഭവശേഷിയെ ഉയർത്തിക്കൊള്ളും എന്നുമാണു ജഗദീഷ് ഭഗവതിയും കൂട്ടരും വാദിക്കുന്നത്. ഈ നിയോലിബറൽ നിലപാടിന്റെ വിജയത്തിന് ഉദാഹരണമായി അദ്ദേഹം ചൂണ്ടിക്കാണിച്ചത് ഗുജറാത്താണ്. അങ്ങനെയാണ് കേരളമോഡലാണോ ഗുജറാത്ത് മോഡലാണോ നല്ലമാതൃക എന്ന തർക്കം വന്നത്. ഇങ്ങനെ അമർത്യ സെന്നിനെ കടന്നാക്രമിച്ചതിനു വ്യക്തിപരമായ ഒരു പശ്ചാത്തലംകൂടി ഉണ്ട്. അമർത്യ സെന്നല്ല ജഗദീഷ് ഭഗവതിയാണ് ആദ്യം നൊബേൽ സമ്മാനം കിട്ടാൻ യോഗ്യൻ എന്നു കരുതുന്ന പലരുമുണ്ട്. സെന്നിന് ആദ്യം നൊബേൽ സമ്മാനം കിട്ടിയത് ഇരുവരും തമ്മിൽ വലിയ അകൽച്ച സൃഷ്ടിച്ചു. സെന്നിന്റെ ക്ഷേമസിദ്ധാന്തങ്ങളുടെ നിശിതവിമർശകനായി അദ്ദേഹം മാറി. ഡീമോണിറ്റൈസേഷനെതിരെ അമർത്യ സെൻ

ശക്തമായ നിലപാടെടുത്തു. ഇതിന്റെ സ്വാഭാവികപ്രതികരണമാണ് ജഗദീഷ് ഭഗവതിയുടേത് എന്നാണു കരുതപ്പെടുന്നത്.

ജഗദീഷ് ഭഗവതിയുടെ ലേഖനം മോഡിയെ പൂർണമായും പിന്തുണക്കുന്നതാണ്. താല്ക്കാലികമായി എന്തു പ്രയാസമുണ്ടാക്കിയാലും ദീർഘകാലയളവിൽ വലിയ നേട്ടമുണ്ടാക്കുമെന്നാണു മുഖ്യവാദം. സർക്കാർ പിടിച്ചെടുക്കുന്ന കള്ളപ്പണവും അല്ലെങ്കിൽ വെളിച്ചത്തുവന്ന കള്ളപ്പണത്തിന്റെ നികുതിയും പിഴയും സർക്കാരിനു മുതൽക്കൂട്ടാമെന്നും ഇതു വികസനത്തെ ഉത്തേജിപ്പിക്കുമെന്നും അദ്ദേഹം പറയുന്നു. അദ്ദേഹത്തിന്റെ വാദങ്ങളെക്കുറിച്ച് വിശദമായൊരു വിമർശനപരിശോധനയ്ക്കു മുതിരുന്നില്ല. കാരണം ഇതിനകം ഈ ലഘുഗ്രന്ഥത്തിൽ നിശിതമായി തുറന്നുകാണിക്കപ്പെട്ട മോഡിപ്രചാരകരുടെ വാദങ്ങൾക്കപ്പുറം അദ്ദേഹത്തിന്റെ ലേഖനങ്ങളിൽനിന്ന് ഒന്നും എനിക്കു കണ്ടെത്താനായില്ല.

അരവിന്ദ് പനഗ്രിയ (നീതി ആയോഗ്), ബിബെക് ദേബ്രോയ് (നീതി ആയോഗ്), അരവിന്ദ് സുബ്രഹ്മണ്യം (മുഖ്യ സാമ്പത്തികോപദേഷ്ടാവ്), അരവിന്ദ് വീരമണി (ഐ.എം.എഫ്), സൂർജത് ഭല്ല തുടങ്ങിയവരാണ് മറ്റു പിൻതുണക്കാർ. ഇവരൊരാളും ഒറ്റയടിക്ക് 86 ശതമാനം വാങ്ങൽക്കഴിവും സമ്പദ്ഘടനയിൽനിന്നു പിൻവലിക്കപ്പെട്ടാൽ ഉണ്ടാകാവുന്ന സ്ഥൂലസാമ്പത്തിക പ്രത്യാഘാതത്തെക്കുറിച്ചു ചർച്ച ചെയ്യുന്നില്ല. ബിബെക് ദേബ്രോയിയുടെയും മറ്റും നിലപാടു ബാലിശമായാണ് എനിക്കു തോന്നിയത്. 'ഇന്നുണ്ടായിക്കൊണ്ടിരിക്കുന്ന തൊഴിൽ നഷ്ടവുംമറ്റും മറ്റു കാരണങ്ങൾ കൊണ്ടല്ല, നവംബർ 8 ന്റെ ഫലം കൊണ്ടു മാത്രമാണ് എന്നു തെളിയിക്കാൻ പറ്റുമോ?' എന്നായിരുന്നു കിരൺ ഥാപ്പറോടുള്ള അദ്ദേഹത്തിന്റെ മറുചോദ്യം.

? *മലയാളത്തിലും ഡീമോണിറ്റൈസേഷനെ അനുകൂലിക്കാൻ ചിലർ തയ്യാറായല്ലോ. അവരുടെ വാദങ്ങളെക്കുറിച്ച് എന്താണു പ്രതികരണം?*

സാമ്പത്തികവിദഗ്ദ്ധരെന്നു പറയാവുന്ന രണ്ടോ മൂന്നോ പേർ മാത്രമാണ് ഡീമോണിറ്റൈസേഷനെ അനുകൂലിച്ചിട്ടുള്ളത്. അതിൽ ജിയോജിത്തിലെ വി.കെ. വിജയകുമാർ മാതൃഭൂമിയിൽ എഴുതിയ 'നോട്ട് അസാധുവാക്കൽ കള്ളപ്പണത്തിനപ്പുറം' എന്ന ലേഖനം മാത്രമേ എന്തെങ്കിലും പ്രതികരണം അർഹിക്കുന്നതായി തോന്നുന്നുള്ളൂ. മലയാളത്തിലെ കറകളഞ്ഞ നിയോലിബറൽ വക്താവാണ് അദ്ദേഹം. അദ്ദേഹത്തിന്റെ paradigmന് യുക്തിഭദ്രത ഉണ്ട്. ആ ലേഖനത്തിൽ കറൻസിയില്ലാസമ്പദ്ഘടനയെ സംബന്ധിച്ച നിയോലിബറൽ സ്വപ്ന ലോകത്ത് അഭിരമിക്കുകയാണ് അദ്ദേഹം. നോട്ടുറദ്ദാക്കൽകൊണ്ട് കേന്ദ്രബജറ്റിൽ ഉണ്ടാകുന്ന വരുമാനനേട്ടത്തെയും അതുപയോഗിച്ചു സ്വീകരിക്കാവുന്ന ജനക്ഷേമനടപടികളെയും കുറിച്ചു പറയുമ്പോൾ, നോട്ട് റദ്ദാക്കൽ വഴി ഇപ്പോൾ ഉണ്ടായിരിക്കുന്ന സാമൂഹിക, സാമ്പ

ത്തിക നഷ്ടത്തെക്കുറിച്ചു പരിശോധിക്കണം എന്നുപോലും അദ്ദേഹത്തിനില്ല!

കള്ളപ്പണത്തെക്കുറിച്ചുള്ള അദ്ദേഹത്തിന്റെ സമീപനം യാന്ത്രികമാണ്. അദ്ദേഹത്തിന്റെ അഭിപ്രായത്തിൽ എഴുപതുകളിലാണത്രേ കള്ളപ്പണം ഏറ്റവും കൂടുതൽ സൃഷ്ടിക്കപ്പെട്ടത്. ലൈസൻസ് രാജും വളരെ ഉയർന്ന നികുതിനിരക്കുകളും കള്ളപ്പണം അനിവാര്യമാക്കുകയായിരുന്നു. ഇതു കുറച്ചൊക്കെ ശരിയുണ്ടെന്നു സമ്മതിക്കാം. പക്ഷേ നവലിബറൽ കാലഘട്ടത്തിലെപ്പോലെ ഇന്ത്യാചരിത്രത്തിൽ പൊതുമുതൽക്കൊള്ള നടന്നിട്ടുള്ള ഒരു കാലം ഉണ്ടോ? ക്രോണി ക്യാപ്പിറ്റലിസം പൊതുമേഖലയെ മാത്രമല്ല ജനങ്ങളുടെ പൊതുസ്വത്തും കൊള്ളയടിക്കുന്നു. ഈ കൊള്ളയുടെ അടിസ്ഥാനത്തിലല്ലാതെ അംബാനിമാരുടെയും അദാനിമാരുടെയും ജനാർദ്ദനറെഡ്ഡിമാരുടെയും വളർച്ചയ്ക്ക് വിശദീകരണം നൽകാൻ കഴിയുമോ? അതിരുകവിഞ്ഞ നികുതിഘടനയുടെയും ലൈസൻസ് രാജിന്റെയും സൃഷ്ടി മാത്രമാണു കള്ളപ്പണമെങ്കിൽ പിന്നെന്തിനു ഇന്നു കറൻസി റദ്ദാക്കണം?

? *നോട്ട് റദ്ദാക്കൽ നടപടിക്ക് എതിരായി നിലപാടു സ്വീകരിച്ച പ്രമുഖരായ സാമ്പത്തികശാസ്ത്രജ്ഞർ ആരെല്ലാമാണ്?*

നോട്ടുറദ്ദാക്കലിനെ എതിർത്ത ഏറ്റവും പ്രമുഖ സാമ്പത്തികശാസ്ത്രജ്ഞൻ നൊബേൽ സമ്മാന ജേതാവായ അമർത്യ സെൻ ആണ്. അദ്ദേഹം കൂടുതൽ ഊന്നിയത് സാധാരണക്കാർക്ക് ഉണ്ടാകുന്ന ക്ഷേമനഷ്ടത്തിലും നോട്ട് നിർത്തലാക്കലിന്റെ നൈതികവശങ്ങളിലുമാണ്. മോഡി ഇന്ത്യക്കാരെ മുഴുവൻ കള്ളപ്പണക്കാർ ആക്കിയിരിക്കുകയാണ്; കള്ളപ്പണക്കാരല്ല എന്നു തെളിയിക്കാനുള്ള ചുമതല നിങ്ങൾക്ക് ഒരോരുത്തർക്കും ഉള്ളതാണ്; അല്ലാത്തപക്ഷം നോട്ട് ഉപയോഗിക്കാൻ നിങ്ങൾക്ക് അവകാശമില്ല; ഏകാധിപതികൾക്കു മാത്രമേ ഇത്ര നിസംഗതയോടെ ജനകോടികളുടെ ദുരിതത്തെ നോക്കിക്കാണാൻ ആകൂ എന്നാണ് അമർത്യസെൻ പറഞ്ഞത്. ആയിരം കുറ്റവാളികൾ രക്ഷപെട്ടാലും ഒരു നിരപരാധിപോലും ശിക്ഷിക്കപ്പെടരുത് എന്നതാണു നമ്മുടെ നിയമസംഹിതയുടെ അടിസ്ഥാനാദർശം. എന്നാൽ കറൻസിറദ്ദാക്കൽ നടപടിയിൽ കള്ളപ്പണക്കാരെ പിടിക്കാനായി നാട്ടിലെ ബഹുഭൂരിപക്ഷം സാധാരണക്കാരെയും ശിക്ഷിക്കാനാണു കേന്ദ്രസർക്കാർ തയ്യാറായത്. കള്ളപ്പണക്കാരാകട്ടെ ഉള്ളതെല്ലാം വെളുപ്പിച്ചു രക്ഷപ്പെടുകയും ചെയ്തു. ഇതൊക്കെ നാം ബോദ്ധ്യപ്പെട്ട വസ്തുതകളുമാണ്.

അമർത്യ സെൻ മാത്രമല്ല, ലിബറൽ ചിന്താഗതിക്കാരായ ഏതാണ്ടെല്ലാ സാമ്പത്തികവിദഗ്ദ്ധരും മോഡിസർക്കാരിന്റെ നടപടിയെ വിമർശിച്ചിരിക്കുകയാണ്. നോട്ടുറദ്ദാക്കൽ തെറ്റായ ആശയം മാത്രമല്ല നടപ്പാക്കിയ രീതി അബദ്ധങ്ങൾ നിറഞ്ഞതുമായിരുന്നു എന്നാണ് അവരുടെ പൊതുവായ അഭിപ്രായം. *ഫ്രണ്ട്‌ലൈനിൽ* പ്രൊഫ. കെ.പി. കണ്ണൻ

ഇന്ത്യയിലെ അനൗപചാരിക മേഖലയ്ക്ക് എങ്ങനെ ഈ നടപടി തിരിച്ചടിയാകും എന്നു വിശദീകരിക്കുന്നു. പ്രൊഫ. ഗോവിന്ദ റാവു ഈ നടപടി അനാവശ്യവും അപര്യാപ്തവുമാണെന്നു തുറന്നടിച്ചു.

നിയോലിബറൽ സാമ്പത്തികവിദഗ്ദ്ധരിലെ പ്രമുഖർ പലരും നോട്ടുറദ്ദാക്കൽ നല്ലൊരു ആശയം ആണെങ്കിലും നടപ്പാക്കിയ രീതി പരമാബദ്ധം ആണ് എന്ന അഭിപ്രായക്കാരാണ്. അമേരിക്കൻ ട്രഷറി സെക്രട്ടറി ആയിരുന്ന ലോറൻസ് സമ്മേഴ്സ് പോലും ഇതുകൊണ്ട് ദീർഘനാളിൽ പ്രത്യേകിച്ചു ഗുണമൊന്നും ഉണ്ടാകില്ല എന്ന അഭിപ്രായ മാണു പ്രകടിപ്പിച്ചത്. ഒരു ഏകാധിപത്യപ്രവണതയുടെ സ്വാധീനം ഈ തീരുമാനത്തിൽ അദ്ദേഹം കണ്ടെത്തുന്നുണ്ട്. *വാഷിങ്ടൺ പോസ്റ്റ്, ഗാർഡിയൻ, ന്യൂയോർക്ക് ടൈംസ്, ബി.ബി.സി, അൽ ജസീറ* എന്നുതുടങ്ങി ലോകത്തെ പ്രമുഖമാദ്ധ്യമങ്ങളെല്ലാം മോഡിയുടെ ചൂതാട്ടം പിഴച്ചു എന്ന അഭിപ്രായക്കാരാണ്. ജനങ്ങൾക്ക് ഉണ്ടാകുന്ന ദുരിതവും സമ്പദ്ഘടനയ്ക്ക് ഉണ്ടാക്കുന്ന പരിക്കും അവരെല്ലാം വരച്ചുകാണിക്കുന്നു.

നടത്തിപ്പുരീതിയിലെ അസംബന്ധങ്ങൾകൊണ്ടാണ് മുൻപ്രധാന മന്ത്രി ഡോ. മൻമോഹൻ സിംഗ് ഇതിനെ 'Monumental Mismanagement' എന്നു വിളിച്ചത്. സ്വന്തം ജനത്തിനു നേരയുള്ള സർജിക്കൽ സ്ട്രൈക്ക് കഴിഞ്ഞു രണ്ടാഴ്ച പിന്നിടുമ്പോഴാണ് അഞ്ഞൂറിന്റെ നോട്ട് അച്ചടിച്ചു വിതരണം തുടങ്ങിയതുപോലും. ആയിരത്തിന്റെ നോട്ട് അച്ചടിക്കുന്നത് ആലോചിച്ച് തുടങ്ങിയതുതന്നെ അപ്പോൾ മാത്രമാണ്. സാമ്പത്തികശാസ്ത്രജ്ഞരിൽ സാമ്പത്തികവളർച്ചയിൽ ഉണ്ടാകാവുന്ന ഇടിവു പ്രവചിക്കാൻ തയ്യാറായത് ഡോ. മൻമോഹൻ സിംഗ് മാത്രമാണ്. മറ്റുള്ളവരെല്ലാം വളർച്ചയിടിവുണ്ടാകും എന്നുറപ്പിച്ചു പറഞ്ഞെങ്കിലും പ്രവചനത്തിനു തയ്യാറായില്ല. ഇന്നു പൊതുവിൽ ഡോ. മൻമോഹൻ സിംഗിന്റെ മതിപ്പുകണക്കായ രണ്ടുശതമാനം ഉല്പാദനം കുറയും എന്നത് അംഗീകാരം നേടിയിട്ടുണ്ട്.

? *ഇൻഡ്യയിൽ ഇടതുപക്ഷസാമ്പത്തികവിദഗ്ദ്ധർ എങ്ങനെയാണു പ്രതികരിച്ചത്? അവരുടെ സമീപനം എങ്ങനെ മറ്റുള്ളവരിൽനിന്നു വ്യത്യസ്തമായി?*

മോഡിയുടെ നടപടിയെ ഏറ്റവും നിശിതമായി വിമർശിച്ചത് ഇടതുപക്ഷസാമ്പത്തികവിദഗ്ദ്ധരാണ്. പ്രൊഫ. പ്രഭാത് പട്നായിക് ജെ.എൻ.യു.വിൽ നടത്തിയ പ്രഭാഷണത്തിൽ ഇന്നിപ്പോൾ പൊതുവെ അംഗീകാരം നേടിയിട്ടുള്ള ഒരു സങ്കല്പനം ഉയർത്തിക്കൊണ്ടുവന്നു. കള്ളപ്പണം മാറ്റമില്ലാതിരിക്കുന്ന ഒരു ശേഖരം (stock) അല്ല. അതു നിരന്തരം രൂപാന്തരപ്പെട്ടുകൊണ്ടിരിക്കുന്ന ഒരു ഒഴുക്ക് (flow)ആണ്. ഇതിൽനിന്ന് രണ്ടു നിഗമനങ്ങളിലേക്ക് എത്താം. ഒന്ന്, കള്ളപ്പണത്തിന്റെ ഒഴുക്കുണ്ടാകുന്ന മാർഗം അടച്ചില്ലെങ്കിൽ നോട്ടു റദ്ദാക്കിയാലും കള്ളപ്പണം ഉണ്ടായിക്കൊണ്ടിരിക്കും. രണ്ട്, മൊത്തം കള്ളപ്പണത്തിന്റെ

ചെറിയൊരു ഭാഗമേ നോട്ടുകൾ വരൂ. മോഡിയുടെ നടപടിയുടെ ഫലം വളരെ പരിമിതമായിരിക്കും. പ്രഭാതിന്റെ മറ്റൊരു സംഭാവന, ഈ നടപടി സൃഷ്ടിക്കാൻ പോകുന്ന സാമ്പത്തികമാന്ദ്യത്തെ വിശകലനാത്മകമായി പരിശോധിച്ചു എന്നുള്ളതാണ്. ദീർഘനാളിൽ ഈ നടപടി വികസനത്തിന് ആക്കം കൂട്ടും എന്ന വാദത്തെയും അദ്ദേഹം ഖണ്ഡിക്കുന്നു. സി.പി.ഐ.(എം)ന്റെ മുഖപത്രമായ *പീപ്പിൾസ് ഡെമോക്രസി*യിൽ അദ്ദേഹം എഴുതിയ അഞ്ചു ലേഖനങ്ങൾ മോഡിയുടെ പരിഷ്കാരത്തിന്റെ ഏറ്റവും നിശിതമായ വിമർശനമാണ്.

ഇടതുപക്ഷസാമ്പത്തികവിദഗ്ദ്ധരുടെ വിശകലനത്തിന്റെ ഒരു പ്രധാനപ്പെട്ട വശം നോട്ട് റദ്ദാക്കൽ അനൗപചാരിക കാർഷിക ഗ്രാമീണമേഖലകളിൽ എങ്ങനെ ബാധിക്കും എന്നുള്ളതാണ്. അതുപോലെതന്നെ ഈ നടപടിയുടെ സാമ്പത്തികപുനർവിതരണപ്രത്യാഘാതങ്ങൾ ഏറ്റവും പ്രകടമായി ഉന്നയിച്ചതും ഇവരാണ്.

ചില വിദഗ്ദ്ധരുടെ (അവരെല്ലാവരും ഇടതുപക്ഷക്കാരല്ല) പ്രത്യേകം എടുത്തുപറയാവുന്ന ഉദ്ധരണികൾ താഴെ കൊടുക്കുന്നു.

അമർത്യ സെൻ (നൊബേൽ ജേതാവ്): നോട്ടുനിരോധക്കെണിയിൽ നിന്ന് എങ്ങനെ രക്ഷപ്പെടാം എന്ന് പയറ്റിത്തെളിഞ്ഞ കള്ളപ്പണക്കാർക്കു വ്യക്തമായി അറിയാം. അതേസമയം സാധാരണജനങ്ങളും ചെറുകിടവ്യാപാരികളും ആണ് തങ്ങളുടെ ഇല്ലായ്മകൾക്കും മാനഹാനികൾക്കും പുറമേ പുതിയ കൊടിയ യാതനകളും സഹിക്കേണ്ടിവരിക. വിദേശത്ത് അട്ടിവെച്ചിരിക്കുന്ന കള്ളപ്പണം തിരിച്ചുപിടിച്ചുകൊണ്ടുവന്ന് ഇന്ത്യക്കാരോരുത്തർക്കും സമ്മാനമായി നൽകും എന്നുപറഞ്ഞ മുൻവാഗ്ദാനം പോലെതന്നെ പുതിയ സർക്കാർ സംരംഭവും ഒരു പരാജയമായിരിക്കും.

പ്രൊഫ. പ്രഭാത് പട്നായിക്: ഇന്ത്യയുടെ ഇന്നത്തെ സാഹചര്യത്തിൽ നോട്ടുനിരോധം ഒരസംബന്ധമാണ്. ഇത് അനൗപചാരിക മേഖലയുടെ സമ്പൂർണതകർച്ചയിലേക്കാണു നയിക്കുന്നത്. മുഴുവൻ സാമ്പത്തികശാസ്ത്രജ്ഞരും ഇത് എലിയെ കൊല്ലാൻ ഇല്ലം ചുടും പോലെ എന്നാണു വിശേഷിപ്പിക്കുന്നത്. എന്നാൽ എലിയൊട്ടു ചാവാൻ പോകുന്നുമില്ല. പഴയ നോട്ട് എല്ലാം തിരിച്ചുവന്നുകൊണ്ടിരിക്കുന്നു.

പ്രൊഫ. വെങ്കിടേശ ആത്രേയ (ഭാരതിയാർ സർവകലാശാല): ഡീമോണിറ്റൈസേഷൻ ഒരു മഹാസ്ഫോടനം (ബിഗ് ബാങ്ങ്) പോലാണ്. ഇതു കള്ളപ്പണം നിയന്ത്രിക്കുന്നതിലുള്ള ഭരണകൂടത്തിന്റെ പരാജയം മറയ്ക്കാൻ സഹായിക്കുന്നു. അതിന്റെ മറ്റു വീഴ്ചകളിൽനിന്നു ശ്രദ്ധ തിരിക്കാനും സഹായിക്കുന്നു.

പ്രൊഫ. ജയതി ഘോഷ് (ജെ.എൻ.യു.): ഈ പരിഷ്കാരത്തെത്തുടർന്നു വളർന്നുവരുന്ന അരാജകത്വം ചെറിയൊരു 'അസൗകര്യ'ത്തിനപ്പുറത്താണ്. വലിയതോതിലുള്ള വ്യക്തിഗതദുരന്തങ്ങളിലേക്ക്; ഏറ്റവും മോശമായി ബാധിച്ച വിഭാഗങ്ങളിൽപ്പെട്ടവരുടെ മരണത്തിലേക്ക്;

ഔപചാരികഅനൗപചാരിക മേഖലകളിൽ ഉപജീവനമാർഗം തകരുന്നതിലേക്ക്; വിളവെടുപ്പിനും വിത്തിറക്കലിനും നടുവിൽ പെട്ടിരിക്കുന്ന കർഷകരുടെ കഠിനദുരിതങ്ങലിലേക്ക്; വിപണിയിൽ പ്രിയം കുറയുന്നതു മൂലം സൂക്ഷ്മസമ്പദ്ഘടനയിലുണ്ടാകുന്ന പ്രത്യാഘാതങ്ങളിലേക്ക് ഒക്കെ അതു വളരുകയാണ്."

എം. ഗോവിന്ദറാവു: കുഞ്ഞിനെ കുളിപ്പിച്ചശേഷം വെള്ളം എടുത്തിട്ടു കുഞ്ഞിനെ കളയുക എന്നു പറയുന്നതിന്റെ ലക്ഷണമൊത്ത നടപടിയാണിത്.

പ്രൊഫ. ഉത്സ പട്നായിക് (ജെ.എൻ.യു.): സർക്കാരിന് മാക്രോ എക്കണോമിക് പ്രത്യാഘാതങ്ങളെക്കുറിച്ച് ഒരു സൂചനപോലും ഇല്ല എന്നു വളരെ വ്യക്തമാണ്. നല്ല പ്രൊഫഷണൽ ഉപദേശം നൽകാൻ കഴിയുന്ന സ്വതന്ത്രചിന്തയുള്ള വിദഗ്ദ്ധരെ മുഴുവൻ അകറ്റിനിർത്തിയിരിക്കയാണ്.

പ്രൊഫ. സി.പി. ചന്ദ്രശേഖർ (ജെ.എൻ.യു.): ഡീമോണിറ്റൈസേഷൻ ഏറ്റവും പ്രതികൂലമായി ബാധിക്കുക രണ്ടു തരക്കാരെയാണ്. അവശ്യസാധനങ്ങളുടെ കൈമാറ്റത്തിനു പണം കയ്യിൽ സൂക്ഷിക്കുന്ന മഹാഭൂരിപക്ഷം വരുന്ന സാധാരണക്കാരെയും നികുതി വെട്ടിച്ച തങ്ങളുടെ സമ്പത്ത് മറച്ചുവെയ്ക്കാൻ നോട്ടുകളെ പ്രയോജനപ്പെടത്തുന്ന ചെറുന്യൂനപക്ഷം വരുന്ന കള്ളപ്പണക്കാരെയും. ആദ്യം പറഞ്ഞ മഹാഭൂരിപക്ഷത്തിന്റെ ദുരിതം രണ്ടാംവിഭാഗത്തിൽപ്പെട്ട ചെറു ന്യൂനപക്ഷത്തിന്റെ കള്ളപ്പണം പിടിക്കുന്നതിനുള്ള ചെറിയൊരു ത്യാഗമായിട്ടാണ് അധികൃതർ കാണുന്നത്. പക്ഷേ അവരുടെ ത്യാഗം വൃഥാവിലാണെന്നാണ് ഇപ്പോൾ തെളിയുന്നത്.'

പ്രൊഫ. ആർ. രാമകുമാർ (റ്റിസ്): ഡീമോണിറ്റൈസേഷൻ കാർഷികമേഖലയ്ക്കു തിരിച്ചടിയാവും. ഗ്രാമീണവരുമാനവും ഡിമാൻഡും ഞെരുങ്ങും. അത് ഇതിനകംതന്നെ ഗ്രാമീണസഹകരണസംഘങ്ങളുടെ വിശ്വാസ്യതയെ ദുർബലപ്പെടുത്തിക്കഴിഞ്ഞു.

ഡോ. കെ.പി. കണ്ണൻ (സി.ഡി.എസ്.): സമ്പദ്ഘടന ദീർഘനാളത്തേക്കുള്ള ഒരു അനിശ്ചിതത്വത്തിലേക്കു തെന്നിവീഴുമ്പോൾ അനൌപചാരികമേഖലയിലെ പാവപ്പെട്ട വലിയ ജനവിഭാഗങ്ങളാണ് നോട്ടു നിരോധത്തിന്റെ ആഘാതം ഏൽക്കേണ്ടിവരിക എന്നതു വ്യക്തമാണ്. എന്നാൽ ഇതു കീഴാളവിഭാഗത്തിൽ ഒതുങ്ങിനിൽക്കും എന്നു കരുതുന്നതു തെറ്റായിരിക്കും. കാരണം സമൂഹത്തിലെ കീഴ്ത്തട്ടുമേഖലയും സംഘടിതമേഖലയുമായുള്ള ശക്തമായ ബന്ധങ്ങൾ ഭീതിജനകമായൊരു വിപത്തിലേക്കു നയിക്കും. ഇത് മാന്യന്മാർ ഇപ്പോഴും തിരിച്ചറിയുന്നില്ല.

പ്രൊഫ. മൈത്രീഷ് ഘടക് (ലണ്ടൻ സ്കൂൾ): പണമായി സൂക്ഷിച്ചിട്ടുള്ള കള്ളപ്പണത്തിന്റെ മേലുള്ള ഒറ്റത്തവണ നികുതിയാണ്

ഡീമോണിറ്റൈസേഷൻ നയം. എന്നാൽ വെളിപ്പെടുത്താത്ത ധനത്തിന്റെ 56 ശതമാനമേ പണമായി സൂക്ഷിക്കപ്പെടുന്നുള്ളൂ. അതുകൊണ്ട് അതിനെമുഴുവൻ ഈ നടപടികൊണ്ടു ലക്ഷ്യം വെച്ചാലും നിലവിലുള്ള കള്ളപ്പണനിക്ഷേപത്തിലേക്കു കടന്നുചെല്ലാൻ അതു ഫലപ്രദമായ മാർഗമല്ല.

പരീക്ഷിത്ത് ഘോഷ് (ഡൽഹി സ്കൂൾ): ബാങ്കുകൾ പുതിയ നിക്ഷേപങ്ങൾകൊണ്ടു നിറഞ്ഞുകവിഞ്ഞിരിക്കുകയാണെങ്കിലും ഇതിലെ വലിയൊരു പങ്ക് അനൗപചാരിക മേഖലയിൽനിന്നുള്ള വിനിമയ ധനമാണ്. പണം പിൻവലിക്കാനുള്ള നിയന്ത്രണം അയയുന്നതോടെ പുറത്തേക്കു പോകേണ്ട ധനമാണിത്. യഥാർത്ഥത്തിൽ ഇവർക്കു ധനം വായ്പ നല്കിവരുന്ന അനൗപചാരിക പണമിടപാടുകാരും ലഘു വായ്പാസ്ഥാപനങ്ങളും ഡീമോണിറ്റൈസേഷൻ മൂലം ശ്വാസം മുട്ടുന്ന അവസരത്തിൽ പാവങ്ങളുടെ സമ്പാദ്യം ഇങ്ങനെ റെയ്ഡു ചെയ്യുന്നത് പുനർമൂലധനസമാഹരണത്തിനുള്ള ബാങ്കുകളുടെ അത്യാർത്തി മാത്രമാണ്.

അർജ്ജുൻ യാദവ് (അസീം പ്രേംജി): ഇത് ഒരു 'സർജിക്കൽ സ്ട്രൈക്കി'നോ 'വീര്യം കൂടിയ മരുന്നുപ്രയോഗ'ത്തിനോ ഒക്കെ ഏറെയപ്പുറത്താണ്. ഇതു വ്യാജവൈദ്യമാണ്. വെറും വ്യാജവൈദ്യമല്ല, നമ്മുടെ സമൂഹത്തെ താങ്ങിനിർത്തുന്ന അടിസ്ഥാനസ്ഥാപനധാരണകളെ സഹായിക്കാത്തതും മറിച്ച് അഗാധമായി ക്ഷതം ഏല്പിക്കുന്നതുമായ ഏകാധിപത്യപരമായ വ്യാജചികിത്സ (Authoritarian Quackery) ആണ്.

പ്രൊഫ. അരുൺ കുമാർ (മുൻ ജെ.എൻ.യു.): നോട്ടുനിരോധം കള്ളപ്പണസമ്പദ്ഘടനയിൽ കാര്യമായൊരു പ്രത്യാഘാതവും ഉണ്ടാക്കില്ല. എന്നാൽ അതേസമയം, പാവപ്പെട്ടവരുടെ സമ്പദ്ഘടനയിൽനിന്ന് അതു ഭീമൻ വില ഈടാക്കാൻ പോകയാണ്. ഇതിൽനിന്നുള്ള ഏക രക്ഷാമാർഗം പുതിയ നോട്ടുകൾ അച്ചടിച്ചുകൊണ്ടിരിക്കുന്ന വേളയിൽ പഴയ നോട്ടുകൾ ഉപയോഗിക്കാൻ അനുവദിക്കുക എന്നുള്ളത് മാത്രമാണ്.

സഞ്ജയ് ജി. റെഡ്ഡി (ന്യൂ സ്കൂൾ): സമ്പദ്ഘടന പരിപാലിക്കുന്നതിലുള്ള സർക്കാരിന്റെ കഴിവിലും കറൻസിയിലും ഉണ്ടായിരുന്ന വിശ്വാസത്തിൽ വന്ന ഇടിവ്; സർക്കാർ സന്തോഷിപ്പിക്കാൻ ശ്രമിച്ചുകൊണ്ടിരിക്കുന്ന വിദേശആഭ്യന്തര സ്വകാര്യനിക്ഷേപകരുടെ ആത്മവശ്വാസത്തിനു കനത്ത അടിയാണ് ഏല്പിച്ചിരിക്കുന്നത്. ഈ അപമാനപരാജയമൊന്നും സർക്കാരിനും അതിന്റെ വിശ്വസ്തർക്കും അതിലെ ചായ്വുള്ള സാമ്പത്തികവിദഗ്ദ്ധർക്കും തിരിയുന്നില്ല. അവർ അതിന്റെ ലക്ഷ്യങ്ങൾ വിലുപപ്പെടുത്തിയെന്ന് ആവർത്തിക്കാനും ഇത് ചെയ്തില്ലെങ്കിൽ കാര്യങ്ങൾ ഇതിലും വഷളായേനെ എന്ന് ഇപ്പോഴും അവകാശപ്പെടാനും തയ്യാറാകാനാണു സാദ്ധ്യത. ഇത്തരമൊരവസ്ഥയിൽ സാമാന്യബുദ്ധിയേക്കാൾ നല്ല രക്ഷാമാർഗമില്ല.

പ്രൊഫ. വി.കെ. രാമചന്ദ്രൻ (ആസൂത്രണ ബോർഡ് ഉപാദ്ധ്യക്ഷൻ): പൊതുതാല്പര്യത്തിനെന്നു വരുത്തിത്തീർത്ത് ജനങ്ങളുടെ വാങ്ങൽശേഷി ഭീമമായി സ്വാർത്ഥതാല്പര്യത്തിനായി എല്ലാവരെയും കള്ളന്മാരാക്കി ജപ്തി ചെയ്ത നടപടിയായെയാണു ഡീമോനിട്ടൈസേഷൻ പ്രതിനിധാനം ചെയ്യുന്നത്. ഈ പുതിയ നയം സമ്പദ്ഘടനയിലെ നിയമവിരുദ്ധ ഇടപാടുകൾ ഇല്ലാതാക്കുകയോ അതിൽ ഉൾപ്പെട്ടവരെ ശിക്ഷിക്കുകയോ ചെയ്യുമോ? ഇല്ല, ഇല്ല, ആയിരം വട്ടം 'ഇല്ല'.

പിനാകി ചക്രവർത്തി (നാഷണൽ ഇൻസ്റ്റിറ്റ്യൂട്ട് ഓഫ് പബ്ലിക് ഫിനാൻസ് ആൻഡ് പോളിസി: 'നമ്മുടെ നികുതിവ്യവസ്ഥയിൽ ഘടനാപരമായ മാറ്റം വരുത്താത്തിടത്തോളം കള്ളപ്പണം തടയാനാവില്ല. നികുതിത്തർക്കങ്ങളിൽപ്പെട്ടു പിരിഞ്ഞുകിട്ടാതെകിടക്കുന്ന റെവന്യൂ തന്നെയാണ് ഏറ്റവും സ്ങ്കീർണ്ണമായ നികുതിവ്യവസ്ഥയുടെ സംസാരിക്കുന്ന സാക്ഷ്യം. ഇൻഡ്യയിൽ ഇത് 2014-15ൽ ഏഴുലക്ഷംകോടി രൂപയാണ്. ഇതിൽ 80 ശതമാനവും പ്രത്യക്ഷനികുതിത്തർക്കങ്ങളാണ്. നികുതിത്തർക്കങ്ങളിൽ പെട്ടുകിടക്കുന്ന ഇങ്ക്രിമെന്റൽ റെവന്യൂ നികുതിവരുമാനത്തിന്റെ 10 ശതമാനമാണ്. കറൻസി ഡീമോനിട്ടൈസ് ചെയ്യുന്നതിനുപകരം നികുതിഘടന ലളിതവും ആധുനികവും യുക്തിസഹവുമാക്കുക എന്ന ലക്ഷ്യത്തോടെയുള്ള അടിസ്ഥാനപരമായ പരിഷ്ക്കരണങ്ങളാണു വേണ്ടത്.'

? *അങ്ങനെയെങ്കിൽ ആരാണ് ഈ നോട്ടുറദ്ദാക്കൽ തന്ത്രത്തിന്റെ ഉപജ്ഞാതാക്കൾ? റിസർവ് ബാങ്ക് ബോർഡ് അംഗീകരിക്കാതെ ഇത്തരമൊരു നടപടി പ്രഖ്യാപിക്കാൻ മോഡിക്കു കഴിയില്ലല്ലോ? എങ്ങനെ റിസർവ് ബാങ്ക് ഇത്തരമൊരു ആനവങ്കത്തത്തിനു കൂട്ടുനിന്നു?*

ഔപചാരികമായി റിസർവ് ബാങ്ക് ബോർഡ് അംഗീകാരം നൽകാതെ നോട്ടുറദ്ദാക്കൽ നടപടി ക്യാബിനറ്റിൽ വയ്ക്കാനോ പ്രധാനമന്ത്രിക്കു പ്രഖ്യാപിക്കാനോ കഴിയില്ല. പക്ഷേ ഇത്തരമൊരു ഭ്രാന്തൻ തീരുമാനം റിസർവ് ബാങ്ക് സ്വമേധയാ നിർദേശിച്ചു എന്നു കരുതാൻ വയ്യ. കാരണം സാമ്പത്തികശാസ്ത്രത്തിൽ മിടുമിടുക്കന്മാർ പണിയെടുക്കുന്ന ഒരു സ്ഥാപനമാണത്. അഖിലേന്ത്യാടിസ്ഥാനത്തിൽ നടക്കുന്ന എഴുത്തുപരീക്ഷയിലും ഇൻറർവ്യൂവിലുംകൂടി മൂന്നു ലക്ഷം പേരിൽനിന്ന് ഏതാണ്ട് നൂറുപേരെയാണ് ഓരോ വർഷവും ഇവിടെ ജോലിക്കെടുക്കുന്നത്. സാധാരണഗതിയിൽ എത്ര സൂക്ഷ്മവിശകലനത്തോടെയും മുൻകരുതലുകളോടെയുമാണ് റിസർവ് ബാങ്ക് തീരുമാനമെടുക്കുക എന്നത് ഡിസംബർ ആദ്യവാരത്തിൽ പുറത്തിറക്കിയ പണനയരേഖയിൽനിന്നു വ്യക്തമാകും.

ഞാനടക്കം ഒട്ടെല്ലാവരും പ്രതീക്ഷിച്ചത് റിസർവ് ബാങ്ക് പലിശ കുറയ്ക്കുമെന്നാണ്. എന്നാൽ അവരതിനു തയ്യാറായില്ല. വരികൾക്കിട

യിൽ വായിച്ചാൽ റിസർവ് ബാങ്കിന്റെ മുൻകരുതലുകൾ വ്യക്തമാകും. (1) അടുത്ത റാബി വിള മോശമായാൽ ധാന്യവില ഉയരാം. നോട്ടിന്റെ ക്ഷാമം വിലയെ ബാധിച്ചെന്നു റിപ്പോർട്ടുണ്ട്. എണ്ണയുല്പാദനം കുറയ്ക്കാനുള്ള ഒപ്പെകിന്റെ തീരുമാനം എണ്ണവിലകൾ ഉയർത്താം. എന്നുവച്ചാൽ, ഈ വർഷാവസാനം വിലക്കയറ്റം വീണ്ടും തലപൊക്കാം. (2) അമേരിക്കൻ ഫെഡറൽ റിസർവ് പലിശനിരക്ക് ഉയർത്തി. ഇത് ഡോളർ ഇന്ത്യയിൽനിന്നു പിൻവാങ്ങുന്നതിനുള്ള പ്രവണത സൃഷ്ടിക്കുന്നു. ഈ സന്ദർഭത്തിൽ ഇന്ത്യയിലെ പലിശനിരക്കു കുറച്ചാൽ ഈ പ്രവണത ശക്തിപ്പെടും. ഡോളറിന്റെ ഡിമാൻഡ് കൂടും. രൂപയുടെ മൂല്യംഇടിയും. ഇതാവട്ടെ വിലക്കയറ്റത്തിന് ആക്കം കൂട്ടും.

ഇത്തരം കരുതലുകളോടെ പണനയം രൂപം നൽകുന്ന റിസർവ് ബാങ്ക് നോട്ട് റദ്ദാക്കൽ പോലുള്ള മന്ത്രവാദപ്പണിക്കു പോയതെന്തിന്? ഈ തീരുമാനത്തിന്റെ സാമ്പത്തികപ്രത്യാഘാതങ്ങളെക്കുറിച്ച് അവർക്ക് അറിവില്ലാതെവരില്ല. ഈ മണ്ടൻ തീരുമാനം റിസർവ് ബാങ്കിന്റേതല്ല. പ്രധാനമന്ത്രിയുടെ രാഷ്ട്രീയതീരുമാനമാണ്. റിസർവ് ബാങ്ക് തങ്ങളുടെ സ്വാതന്ത്ര്യം ഇതുപോലെ അടിയറവച്ച മറ്റൊരു നിമിഷം ചരിത്രത്തിലുണ്ടാകില്ല. ചുമ്മാതല്ല റിസർവ് ബാങ്ക് ഗവർണർ ഊർജിത് പട്ടേൽ മിണ്ടാട്ടമില്ലാതെ നടക്കുന്നത്.

തങ്ങളാണിതിന്റെ പിന്നിലെന്നു പുണെയിലെ അർത്ഥക്രാന്തി എന്ന ഒരു സംഘം അവകാശപ്പെട്ടിട്ടുണ്ട്. പ്രധാനമന്ത്രിയോ സഹമന്ത്രിമാരോ ഇതിനെ ചോദ്യം ചെയ്തിട്ടുമില്ല. 2014 ഇലക്ഷനുമുമ്പേ ഭാവി സാമ്പത്തികരൂപരേഖയെക്കുറിച്ച് ബി.ജെ.പി. ഉന്നതനേതാക്കൾക്കു വിവരം നൽകിയത് ഒട്ടേറെ ചർച്ചാവിഷയമായിട്ടുണ്ട്. 'അമ്പതു രൂപയ്ക്ക് പെട്രോൾ', 'ആദായനികുതി ഇല്ലാതാക്കൽ' തുടങ്ങി ഒട്ടേറെ നടപടികൾ അന്നു പ്രാമുഖ്യത്തോടെ ജന്മഭൂമി പ്രസിദ്ധീകരിക്കുകയും ചെയ്തു. ഇപ്പോൾ പെട്രോൾവില 70 കടന്നപ്പോൾ അന്നത്തെ ജന്മഭൂമി റിപ്പോർട്ട് സമൂഹമാദ്ധ്യമങ്ങളിൽ ഒട്ടേറെ തമാശയ്ക്ക് ഇടനൽകുകയുണ്ടായി. ഈ അർത്ഥക്രാന്തിയുടെ നേതാവ് അനിൽ ബോക്കിൽ ജൂലൈ മാസത്തിൽ പ്രധാനമന്ത്രിയുമായി 90 മിനിറ്റ് ചർച്ച നടത്തിയെന്നും റിപ്പോർട്ടുകളുണ്ട്. ഇങ്ങനെയുള്ള ഒരു അടുക്കളസംഘമാണു നോട്ടുറദ്ദാക്കൽ പോലുള്ള നടപടികൾ തീരുമാനിക്കുന്നത്!

10

എന്തു ചെയ്യണം?

? *നോട്ട് റദ്ദാക്കലിന്റെ വിപരീതഫലങ്ങൾ എത്ര നാൾ നീണ്ടുനില്ക്കും? അതിനിടയിൽ ജനങ്ങളെ സഹായിക്കാൻ എന്തു പരിപാടിയാണു മുന്നോട്ടു വയ്ക്കാനുള്ളത്?*

നോട്ടുറദ്ദാക്കലിന്റെ തിക്തഫലങ്ങൾ എത്ര നാൾ നീണ്ടുനില്ക്കും എന്നത് നോട്ടുകൾ അച്ചടിച്ചു തീരാൻ എത്രനാൾ എടുക്കും എന്നതിനെ ആശ്രയിച്ചിരിക്കും. പഴയ നോട്ടുകൾ പിൻവലിച്ച ഉടനെ വിതരണം ചെയ്യാൻ പുതിയ നോട്ടുകളുണ്ടായിരുന്നെങ്കിൽ ഇതുപോലൊരു തിരിച്ചടി സമ്പദ്ഘടനയ്ക്കു നേരിടേണ്ടിവരുമായിരുന്നില്ല. 50 ദിവസംകൊണ്ടു കാര്യങ്ങൾ സാധാരണനിലയിൽ ആയില്ലെങ്കിൽ എന്തു ശിക്ഷയും ഏറ്റെടുക്കാൻ തയ്യാറാണെന്നാണ് മോഡി പറഞ്ഞത്. ഇപ്പോൾ 50 ദിവസം പിന്നിടുമ്പോൾ പിൻവലിച്ച നോട്ടുകളുടെ മൂല്യത്തിന്റെ നാലിലൊന്നു പോലും പുനഃസ്ഥാപിക്കാൻ കഴിഞ്ഞിട്ടില്ല. ഇന്നത്തെ നിലയിൽ കാര്യങ്ങൾ സാധാരണനിലയിൽ ആകണമെങ്കിൽ ആറുമാസമെങ്കിലും വേണ്ടിവരും. 'ഇത്രയും വേണ്ടിവരില്ല; പിൻവലിച്ച മൂല്യം മുഴുവൻ പുനഃസ്ഥാപിക്കേണ്ടി വരില്ല; കാരണം ഇന്ത്യ ഡിജിറ്റൽ സമ്പദ് വ്യവസ്ഥയിലേക്ക് അതിവേഗം നീങ്ങും' എന്നാണ് അരുൺ ജെയ്റ്റ്ലി സ്വപ്നം കാണുന്നത്. ഇപ്പോൾ ഇന്ത്യയുടെ സാമ്പത്തികയിടപാടുകളിൽ രണ്ടു ശതമാനം മാത്രമാണു ഡിജിറ്റൽ വഴി നടക്കുന്നത്. ഇനി എത്ര ശ്രമിച്ചാലും അടുത്ത എതാനും മാസം കൊണ്ടു രണ്ടുശതമാനം 10 ശതമാനത്തിലേക്ക് ഉയർത്താമെന്നല്ലാതെ അതിനപ്പുറം കാണുന്നത് ദിവാസ്വപ്നമായിരിക്കും. ചുരുക്കത്തിൽ അടുത്ത ധനകാര്യവർഷം ആദ്യപകുതി പിന്നിടുംമുമ്പ് നോട്ടുനിരോധം ഒറ്റയടിക്കു വലിച്ചെടുത്ത സമ്പദ്ഘടനയുടെ വാങ്ങൽക്കഴിവിനെ പുനഃസ്ഥാപിക്കാൻ കഴിയില്ല.

അതുവരെ സാമ്പത്തിക മേഖലയിലെ മാന്ദ്യം തുടരും.

മനസ്സിൽ വയ്ക്കേണ്ടുന്ന ഒരു പ്രധാനപ്പെട്ട കാര്യം പണം തിരിച്ചുവരുന്ന മുറയ്ക്ക് സമ്പദ്ഘടന പുനഃസ്ഥാപിക്കപ്പെടില്ല എന്നതാണ്. രാജ്യത്ത് നിക്ഷേപാന്തരീക്ഷം നഷ്ടപ്പെട്ടു. ഇതുമൂലം നിക്ഷേപകർ മുതൽമുടക്കാൻ അറച്ചുനില്ക്കും. സംഘടിതമേഖലയിൽ ഉല്പാദനം കുറയും എന്നല്ലാതെ വ്യവസായശാലകൾ വ്യാപകമായി തകരുന്ന സ്ഥിതിവിശേഷമുണ്ടാകില്ല. എന്നാൽ, അടച്ചുപൂട്ടുന്ന ചെറുകിട വ്യവസായശാലകൾ വീണ്ടും തുറക്കണമെന്നില്ല. ഇപ്പോഴത്തെ റാബി വിള വിതയ്ക്കാത്തതിന്റെ തിരിച്ചടി മൂന്നു മാസം കഴിഞ്ഞല്ലേ അനുഭവിച്ചുതുടങ്ങൂ. നടപ്പുവർഷവും അടുത്ത വർഷവും സാമ്പത്തിക മുരടിപ്പിന്റേത് ആവാനാണു പോകുന്നത്. ഈ പശ്ചാത്തലത്തിൽ വേണം കേരളത്തിൽ എന്തു ചെയ്യാനാവും എന്നത് പരിശോധിക്കേണ്ടത്.

ഏറ്റവും പ്രധാനപ്പെട്ടത് കേരളത്തിലെ സഹകരണവായ്പാ സംഘങ്ങളെ സംരക്ഷിക്കുക എന്നതാണ്. ഇന്നത്തെ പരിസ്ഥിതിയിൽ മറ്റു പോംവഴികൾ ഇല്ലാത്തതുകൊണ്ട് കുറച്ചേറെ ഇടപാടുകാർ അകന്നാൽപ്പോലും സഹകരണമേഖലയിലുള്ള അവരുടെ വിശ്വാസം നിലനിർത്തുന്നതിനുള്ള പ്രചാരണപ്രവർത്തനങ്ങളുണ്ടാവണം. ആപത്ത് ഒരു അവസരമായി മാറ്റിക്കൊണ്ട് സഹകരണമേഖലയിലെ ദൗർബല്യങ്ങൾ പരിഹരിക്കാൻ കർമ്മപരിപാടിക്കു രൂപം നല്കണം. ഇന്നത്തെ വെല്ലുവിളികൾ നേരിടണമെങ്കിൽ സഹകരണമേഖല കൂടുതൽ സംഘടിതസ്വഭാവം കൈവരിച്ചേ പറ്റൂ. ഇവിടെയാണ് ജില്ലാ സഹകരണബാങ്കുകളും സംസ്ഥാന സഹകരണബാങ്കും കൂടിചേർന്ന് ഒരു ഭീമൻ കേരള സഹകരണബാങ്കിനു രൂപം നല്കേണ്ടതിന്റെ പ്രസക്തി. പ്രാഥമിക സഹകരണസംഘങ്ങൾ വായ്പയൊഴികെ മറ്റിടപാടുകളിൽ ഏർപ്പെടാൻ പാടില്ല എന്ന നിർദേശമൊഴികെ ബാക്കി റിസർവ് ബാങ്കിന്റെ നിർദേശങ്ങൾക്കനുസൃതമായി പരിഷ്കരിക്കേണ്ടതുണ്ട്.

അടിയന്തരമായി ഏറ്റെടുക്കേണ്ട ഒരു ചുമതല ഇന്നത്തെ ആവശ്യത്തിനു നോട്ടില്ലാത്ത അവസ്ഥയിലും കേന്ദ്രസർക്കാർ ഏകപക്ഷീയമായി അടിച്ചേല്പിച്ചിരിക്കുന്ന നിയന്ത്രണത്തിലും സഹകരണമേഖല സ്തംഭിക്കില്ല എന്നുറപ്പുവരുത്താനുള്ള നടപടികൾ സ്വീകരിക്കലാണ്. പ്രാഥമിക സഹകരണസംഘങ്ങളിലെ ഇടപാടുകാർക്ക് മിറർ അക്കൗണ്ടുകൾ ജില്ലാ ബാങ്കുകളിൽ തുറന്ന് അവ വഴി തങ്ങളുടെ ഇടപാടുകൾ നടത്തുന്നതിനുള്ള സ്കീം ഫലപ്രദമായി പ്രാവർത്തികമാക്കേണ്ടതാണ്. അതുപോലെതന്നെ, നന്നായി പ്രവർത്തിക്കുന്ന ചില പ്രാഥമിക സഹകരണസംഘങ്ങൾക്ക് എങ്കിലും തങ്ങളുടെ പ്രദേശത്തെ വ്യാപാരികളും മറ്റുമായി ധാരണയിലെത്തി ബാങ്കിൽ ഡെപ്പോസിറ്റ് ഉള്ളവർ വാങ്ങുന്ന ചരക്കുകളുടേയോ സേവനങ്ങളുടേയോ തുക ചെക്കു വഴിയോ ഇലക്ട്രോണിക് ട്രാൻസ്ഫർ വഴിയോ എത്തിച്ചുകൊടുക്കാനുള്ള ഏർപ്പാടുകളുണ്ടാക്കാൻ പരിശ്രമിക്കാവുന്നതാണ്. നോട്ട് റദ്ദാക്കലിനെക്കുറിച്ചു

പഠിക്കാൻ സംസ്ഥാനസർക്കാർ നിയോഗിച്ച കമ്മിറ്റി പ്രശംസയോടെ ചൂണ്ടിക്കാണിച്ചിട്ടുള്ള മാതൃക കോഴിക്കോട് ജില്ലയിലേതാണ്.

സർക്കാർസ്ഥാപനങ്ങൾ, വാണിജ്യ കടകൾ, ബിസിനസ്സുകാർ, സഹകരണബാങ്കുകൾ എന്നിവർ ഒത്തുചേർന്ന് സാമ്പത്തിക ഇടപാടുകൾ കാശില്ലാതെ നടത്തുന്നതിനുള്ള ഏർപ്പാടും ഉണ്ടാക്കാം. കാശിടപാടുകളെല്ലാം ഡിജിറ്റൽ പേയ്മെന്റുകളാക്കി മാറ്റാം എന്ന വ്യാമോഹം വേണ്ട. പക്ഷേ ഇന്നത്തെ വെല്ലുവിളി നേരിടാൻ കേരളത്തിൽ സുലഭമായുള്ള പ്രാദേശിക പരസ്പരബന്ധത്തെയും സാമൂഹ്യബോധത്തേയും വിശ്വാസത്തേയും ഉപയോഗപ്പെടുത്തുക എന്നതാണ്. ഇതിന് ക്യാഷ് ലെസ് സമ്പദ്ഘടനയെക്കുറിച്ച് എട്ടാം അധ്യായത്തിന്റെ അവസാനം പറഞ്ഞ മുൻകൈകൾ എടുക്കാൻ കഴിയേണ്ടതാണ്. കേരളസർക്കാരിന്റെ ട്രഷറി വിജയകരമായി കോർ ബാങ്കിംഗ് സംവിധാനത്തിലേക്കു മാറിക്കഴിഞ്ഞു. അതുകൊണ്ട്, സർക്കാർ സേവനങ്ങളും ട്രഷറിയും ഇടപാടുകാരുമായി ബന്ധിപ്പിച്ചുകൊണ്ടുള്ള ഡിജിറ്റൽ പേയ്മെന്റ് സംവിധാത്തിനു രൂപം നല്കുക എളുപ്പമായിരിക്കും. അതുപോലെതന്നെ സഹകരണമേഖലയ്ക്കായി ഒരു തനത് ഡിജിറ്റൽ പേയ്മെന്റ് സംവിധാനത്തെക്കുറിച്ചും ആലോചിക്കേണ്ടതുണ്ട്. മറ്റേതു സംസ്ഥാനത്തേക്കാളും ഡിജിറ്റലൈസേഷനുള്ള സാദ്ധ്യതകൾ കേരളത്തിലുണ്ട്.

വലിയ തകർച്ച നേരിടുന്ന നമ്മുടെ പരമ്പരാഗത ചെറുകിട മേഖലയ്ക്കും കാർഷികമേഖലയ്ക്കുമുള്ള ബജറ്റ് പിന്തുണ വർദ്ധിപ്പിക്കേണ്ടതുണ്ട്. ഈ വർഷവും അടുത്ത വർഷവും റവന്യൂക്കമ്മി കർശനമായി കുറയ്ക്കണം എന്നുള്ള നിലപാട് പ്രായോഗികമല്ല. കാരണം സംസ്ഥാനസർക്കാരിന്റെ വരുമാനം നടപ്പുവർഷത്തിൽ 19.6 ശതമനാനം വർദ്ധിക്കുമെന്നു കരുതിയത് 10 ശതമനത്തിൽ താഴയേ വളരാൻ പോകുന്നുള്ളൂ. അടുത്ത വർഷം 15 ശതമാനത്തിനപ്പുറം വരുമാനവർദ്ധന പ്രതീക്ഷിക്കേണ്ടതില്ല. സാമ്പത്തികകാര്യങ്ങൾ സാധാരണനിലയിലാകും വരെ ധനകാര്യദൃഢീകരണത്തിനുവേണ്ടി ഉറച്ച നിലപാടെടുക്കാൻ കഴിയില്ല.

എന്നാൽ വിസ്മയകരമയ ഒരു കാര്യം സർക്കാരിന്റെ ചെലവ് പുതിയ സാഹചര്യത്തിൽ കുറയുന്നു എന്നതാണ്. ഇത് അപ്രതീക്ഷിതമായ ഒരു പ്രവണതയാണെന്ന് പറയാതെ വയ്യ. ഒക്ടോബർ 8 മുതൽ നവംബർ 7 വരെയുള്ള 21 ദിവസത്തെ പ്രവൃത്തിദിനങ്ങളുടെ സർക്കാർ ചെലവും നവംബർ 8 മുതലുള്ള 21 പ്രവൃത്തിദിനങ്ങളുടെ ചെലവും താരതമ്യപ്പെടുത്തുമ്പോൾ 1119 കോടി രൂപ കുറഞ്ഞതായിട്ടാണ് കാണുന്നത്. ഇന്നത്തേത് സാധാരണഗതിയിലുള്ള മാന്ദ്യമല്ല. കറൻസിയില്ലാത്തതിന്റെ ഫലമായുള്ള മാന്ദ്യമാണ്. ഇത് പൊതുസമ്പദ്ഘടനയിൽ എന്നപോലെതന്നെ സർക്കാർ ട്രഷറിയിൽ നിന്നുള്ള ചെലവിനേയും പ്രതികൂലമായി ബാധിച്ചു. ഈ സ്ഥിതിവിശേഷം മറികടക്കാൻ സർക്കാർ പദ്ധതിച്ചെലവും ക്ഷേമചെലവും എല്ലാം സമയബന്ധിതമായി

നടത്തുന്നതിനുള്ള ശുഷ്കാന്തിയുണ്ടാകണം. എങ്ങനെ ഇത്രമാത്രം ചെലവു കുറഞ്ഞു എന്നു സൂക്ഷ്മമായി പരിശോധിച്ചപ്പോൾ കണ്ടെത്തിയത് 500-600 കോടി രൂപ ശമ്പളപെൻഷൻ ഇനങ്ങളിൽ ഇനിയും പിൻവലിക്കാൻ ഉണ്ടെന്നതാണ്. മാന്ദ്യത്തിന്റെ അന്തരീക്ഷത്തിൽ പണച്ചെലവു ചുരുക്കുന്നതിനുള്ള പ്രവണത സർക്കാരുദ്യോഗസ്ഥരെപ്പോലും ബാധിച്ചിരിക്കുന്നു എന്നുവേണം വിലയിരുത്താൻ. ഇത് അതീവ ഗൌരവമുള്ള സ്ഥിതിവിശേഷമാണ്.

ഇന്നത്തെ സാഹചര്യത്തിൽ ബജറ്റിൽ പ്രഖ്യാപിച്ച മാന്ദ്യവിരുദ്ധ പാക്കേജ് ദ്രുതഗതിയിൽ നടപ്പാക്കാനും വിപുലപ്പെടുത്താനും കഴിയണം. വായ്പ എടുക്കാൻ കേന്ദ്രസർക്കാർ ഏർപ്പെടുത്തിയിട്ടുള്ള ധന ഉത്തവാദിത്വ നിയമനിയന്ത്രണങ്ങളുടെ പശ്ചാത്തലത്തിൽ ബജറ്റിനു പുറത്തു വായ്പയെടുത്തു ചെലവു വർദ്ധിപ്പിക്കുകയേ നിർവാഹമുള്ളൂ. കഴിഞ്ഞ ബജറ്റിൽ പ്രഖ്യാപിച്ച, രൂപം നല്കിക്കഴിഞ്ഞ, കിഫ്ബിയുടെ പ്രാധാന്യം പല മടങ്ങു വർദ്ധിച്ചിരിക്കയാണ്. കേരളം വഴുതിവീണുകൊണ്ടിരിക്കുന്ന സാമ്പത്തികമാന്ദ്യത്തിൽനിന്നു കരകയറാൻ കിഫ്ബി വഴി വിപുലമായ തോതിൽ വായ്പയെടുത്ത് പശ്ചാത്തലസൗകര്യമേഖലയിൽ നിക്ഷേപിക്കേണ്ടതുണ്ട്. കഴിഞ്ഞ ബജറ്റിൽ പ്രഖ്യാപിച്ച ഏതാണ്ട് 4000 കോടിയുടെ പദ്ധതികൾക്ക് അനുമതി നല്കിക്കഴിഞ്ഞു. അടുത്ത 4000 കോടി രൂപയ്ക്ക് ജനുവരി മാസത്തിൽ അനുവാദം നല്കും. 2017-18 കാലത്ത് ഇത്തരത്തിൽ തുടക്കം കുറിക്കുന്ന നിർമ്മാണപ്രവൃത്തികൾ 20,000 കോടി രൂപയായെങ്കിലും ഉയർത്താൻ കഴിഞ്ഞാൽ മോഡി സൃഷ്ടിച്ച മാന്ദ്യത്തെ ചെറുത്തുനിൽക്കാൻ കേരളത്തിനു കഴിയും. പലരും കരുതുന്നതുപോലെ ഇന്നത്തെ കറൻസിപ്രതിസന്ധി കിഫ്ബിയുടെ പ്രവർത്തനത്തെ പ്രതികൂലമായി ബാധിക്കുകയില്ല. കാരണം വായ്പ നല്കാനുള്ള ഫണ്ട് ഇപ്പോൾ സുലഭമായി ബാങ്കുകളുടെ പക്കലുണ്ട്. മാത്രമല്ല പലിശയും കുറയുകയാണ്. ഈ അനുകൂലസാഹചര്യം കിഫ്ബിവഴി ഉപയോഗപ്പെടുത്താൻ കേരളത്തിനു കഴിയണം.

9 789386 364197

Printed by Libri Plureos GmbH in Hamburg, Germany